றாபுலில்லி – I

(சிறார் நாவல்)

றாபுலில்லி – I

(சிறார் நாவல்)

விழியன்

Rabulilli -1 (*in Tamil*)
Vizhiyan
Illustration: K.Chockalingam
First Published: October, 2021
BOOKS FOR CHILDREN
imprint of Bharathi Puthakalayam
7, Elango Salai, Teynampet, Chennai - 600 018
Email: bharathiputhakalayam@gmail.com | www.thamizhbooks.com

ராபுலில்லி - 1

விழியன்

முதல் பதிப்பு: அக்டோபர், 2021
ஓவியம்: கி. சொக்கலிங்கம்
வெளியீடு:

புக்ஸ் ஃபார் சில்ரன் – பாரதி புத்தகாலயத்தின் ஓர் அங்கம்
7, இளாங்கோ சாலை, தேனாம்பேட்டை, சென்னை – 600 018
தொலைபேசி : 044 24332424, 24332924, 24356935
விற்பனை உரிமை

விற்பனை நிலையங்கள்
மதுரை: 37A, பெரியார் பேருந்து நிலையம் - 045 22324674
ஈரோடு: 39: 39 ஸ்டேட் பாங்க் சாலை - 9245448353
திண்டுக்கல்: பேருந்து நிலையம் - 9942331105, 9976053719
பழனி: பேருந்து நிலையம் அருகில் - 9442883696
திருப்பூர்: 447, அவினாசி சாலை - 9486105018
சேலம்: பாலம் 35, அத்வைத ஆஸ்ரமம் சாலை 0427 2335952
திருவல்லிக்கேணி: 48, தேரடி தெரு - 9444428358
வடபழனி: பேருந்து நிலையம் எதிரில் அடையார்
ஆனந்தபவன் மாடியில் - 9444476967
பெரம்பூர்: 52, கூக்ஸ் ரோடு - 9444373716
திருவாரூர்: 35, நேதாஜி சாலை - 9442540543
சேலம்: 15, வித்யாலயா சாலை சாலை
திருநெல்வேலி: 25A, ராஜேந்திரநகர் - 9442149981
அருப்புக்கோட்டை: 49A/4 மெயின் ரோடு, தெற்கு தெரு,-9994173551
மதுரை: சர்வோதயா மெயின்ரோடு
குன்னூர்: N.K.N வணிக வளாகம் பெட்போர்ட்
செங்கல்பட்டு: 1 D ஜி.எஸ்.டி சாலை - 044 27426964
விருதுநகர்: 131, கச்சேரி சாலை - 0456 2245300
கும்பகோணம்: 352, ரயில் நிலையம் எதிரில் - 9443995061
வேலூர்: பேஸ் III, சத்துவாச்சாரி - 9442553893
நெய்வேலி: பேருந்து நிலையம் அருகில், - 9443659147
தஞ்சாவூர்: காந்திஜி வணிக வளாகம் காந்திஜி சாலை - 9655542400
கோவை: 77, மசக்காளிபாளையம் ரோடு, பீளமேடு - 8903707294
திருச்சி: வெண்மணி இல்லம், கரூர் புறவழிச்சாலை - 9994289492
திருவண்ணாமலை: முத்தம்மாள் நகர்
நாகர்கோவில்: 699 கே.பி.ரோடு R.V.புரம் - 9443450111
சிதம்பரம்: 11 / 28 வெள்ள திறந்தான் தெரு, - 9994399347
கரூர்: நாரத கானசபா அருகில் (TNGEA OFFICE)- 9442706676
காரைக்குடி: 12, 2 வது தெரு, கம்பன் மணிமண்டபம் பின்புறம் - 9443406150
நினைத்த நூல்கள்... நினைத்த நேரத்தில்... thamizhbooks.com ☏ 8778073949

அச்சு : பிரிண்டெக், சென்னை – 600 005.

சமர்ப்பணம்

'வாசல்' ரத்தின விஜயன் அண்ணனுக்கு...

இரு நாட்டினரும் அவ்வளவு ஆவலாகக் காத்திருந்தனர். அந்த அதிசயம் நடந்துவிட்டால் அது பல நூற்றாண்டுக் கவலையை ஒழித்துவிடும். பற்களில் நகம் கடித்து எல்லோரும் காத்திருந்தனர்.

டிக்

டிக்

டிக்

செழியன் தன் முழு பலத்துடன்...

உள்ளடக்கம்

1

நண்பர்களின் கூடுகை

வாசலில் காலடிச் சத்தம் கேட்டது. ஓவியாவின் காலடிச் சத்தம்தான் அது. நாங்கள் நால்வரும் அறையின் விளக்குகளை அணைத்துவிட்டு அவளுக்காகக் காத்திருந்தோம். இருட்டு என்றால் அவளுக்கு பயம். அறையினைத் திறந்ததும் அவள் முதலில் பயந்தாள், பின்னர் சுதாரித்து, "விளையாடாதீங்கப்பா... செழியன் லைட்டை போடுடா" என்றாள். "ஏய் அக்கா..." எனப் பாய்ந்து அவள் முன் நின்று பயமுறுத்தினான் செழியன். விளக்கு எரிந்தது. அறைக்குள் நான் (குழலி), செழியன், ஓவியா, இன்பசேகரன் மற்றும் நித்திலன் இருந்தோம். நாங்கள் ஐவரும் நண்பர்கள். ஒரே வகுப்போ, ஒரே பள்ளியிலோ ஒரே பகுதியிலோ வசிப்பவர்கள் அல்ல. ஒரே வயதினரும் அல்ல.

குடும்ப நண்பர்கள். எங்கள் பெற்றோர்கள் எல்லோரும் நண்பர்கள். அவர்கள் சந்திக்கும்போது நாங்களும் சந்தித்து நண்பர்களானோம். சில மாதங்களாக எங்களுக்குள் ஒரு பழக்கம் வந்துவிட்டது. மாதத்தின் ஒரு சனி, ஞாயிறு நாங்கள் ஐவரும் ஒன்றாகக் கழிப்போம். பெற்றோர்கள் சந்திக்கின்றார்களோ இல்லையோ, ஒவ்வொரு மாதமும் யாராவது ஒருவர் வீட்டில் பார்த்துக்கொள்வோம். செழியன் என் சொந்தத் தம்பி, ஓவியா என் அத்தை மகள். இன்பசேகரன்

நான் பெரியப்பா என அழைக்கும் சந்தானமூர்த்தியின் மகன். அவன் ஒரு சிறப்புக் குழந்தை. அவனைப்பற்றி விரிவாக பிறகு சொல்கிறேன். அடுத்தது நித்திலன். நரேஷ் மாமாவின் மகன்.

ஆரம்பத்தில் விளையாட்டு, டிவி, அரட்டை என்று மட்டுமே அந்த இரண்டு நாட்களும் இருக்கும். அப்பாதான் 'ஏன் நீங்க ஒவ்வொரு மாதமும் ஒரு புத்தகத்தை ஒன்றாக அமர்ந்து படிக்கக் கூடாது?' என்றார். எங்களுக்குக் கூட முதலில் இந்த யோசனை பிடிக்கவில்லை. சந்தானமூர்த்தி பெரியப்பா சில புத்தகங்களைக் கொடுத்து 'இதில் இருந்து ஆரம்பியுங்கள்' என்றார். அவர் சொன்னபோது ஆரம்பத்தில் யாருமே ஏற்றுக்கொள்ளவில்லை. ஒரு நாள் ஒரு புத்தகத்தினை அவரே எல்லோரையும் வைத்து வாசித்துக் காட்டினார். கதை வாசிக்கும்போது இடையிடையே ஏராளமான பேச்சும் நடந்தது. அது எங்கள் எல்லோருக்கும் பிடித்தமாக இருந்தது. சரி என ஆரம்பித்தோம். அவரே சில புத்தகங்களை எழுதியும் இருக்கிறார். விளையாட்டாகவே ஆரம்பித்தோம். இன்பாவும் செழியனும் வாசிக்கமாட்டார்கள். நானும் நித்திலனும் நன்றாக உரக்க வாசிப்போம். இரண்டு பக்கம் படித்ததும் உடனே ஏதாச்சும் அதைப் பற்றி கதை பேசுவோம்.

ஓவியாவிற்கும் தமிழ் நன்றாகப் படிக்க வரும். எங்க நண்பர்கள் செட்டில் நிறைய மொழி தெரிந்தவள் அவள்தான். தமிழ், ஆங்கிலம், இந்தி, ஃப்ரெஞ்ச் மற்றும் ஸ்பானிஷ் மொழி என பல மொழிகள் தெரியும். ஒரு மொழி வல்லுநர் என்று அவளைச் சொல்லலாம்.

ஒரு சந்திப்பில் நாங்கள் ஒரு கதையை வாசித்தோம். வண்டலூர் உயிரியல் பூங்காவில் நடக்கும் கதை அது. அடுத்த வாரமே நாங்கள் அங்கே சென்றுவிட்டோம். அணில் ஒன்று ஆப்பிரிக்கப் பறவையைக் காப்பாற்றும் கதை. அணில் அங்கே இருக்கும் மரத்தில் சுதந்திரமாக சுற்றி வருவதைப்போல கதையில் இருக்கும். அணிலுக்கு நீண்ட வால் என்று கதையில் இருந்தது. அந்த அணில் எங்கே என்று அழுது புரண்டான் செழியன். கதைகள் கற்பனை என்று அவனுக்கு இன்னும் புரியவே இல்லை. சில காலத்தில் புரிந்துகொள்வான்.

தானாகக் கதையை வாசிக்காவிட்டாலும் இன்பா கதையின் நாடியினைப் பிடித்துவிடுவான். இன்பாவுக்குக் கணிதம் என்றால் உயிர். அவன் மனசு, மூளை எல்லாம் ஆராய்ச்சி செய்தால் உள்ளே

எங்களாக இருக்கும் என நினைப்போம். அவன் யோசிப்பது எல்லாம் எண்களைக் கொண்டே இருக்கும். பத்து நிமிடத்தில் வரேன் என சொல்லிவிட்டு பன்னிரண்டு நிமிடத்தில் வந்தால் "ரெண்டு நிமிடம் தாமதம்" என்பான் கச்சிதமாக. அடிக்கடி கணிதத் துணுக்கு போட்டுக்கொண்டே இருப்பான். கதையில் "உயரமான மனிதர் இருப்பார்" என்று வந்தால் 'ஏழு அடி உயரமா, எட்டு அடி இருப்பாரா' எனக் கேட்பான்.

ஒரு முறை ஓவியா வீட்டில் இட்லி சாப்பிட்டுக் கொண்டிருந்தோம். திடீரென இன்பா கேட்டான், "அத்தை, இதுவரைக்கும் நீங்க மொத்தமா எத்தனை இட்லி சாப்பிட்டு இருப்பீங்க?" அத்தைக்கு பதில் தெரியவில்லை. சாப்பிட்டு முடித்ததும் உட்கார்ந்து கணக்குப் போட்டான். ஒரு வாரத்திற்கு எத்தனை இட்லி, மொத்தம் வருடத்திற்கு 52 வாரம், அத்தையின் வயது 35. எல்லாவற்றையும் கூட்டி ஒரு எண்ணைக் கூறினான். ஓவியா அவள் அம்மா வயிற்றைத் தொட்டு, "அம்மா, இவ்வளவு இட்லியா இந்த வயிறு சாப்பிட்டிருக்கு... அம்மாடியோவ்" என்றாள். அதன் பின்னர் எங்கள் ஒவ்வொருவருக்கும் அந்தக் கணக்கினைப் போட்டான் இன்பா. அன்றைய தினம் நித்திலன் வரவில்லை, வேறு ஊருக்குப் போயிருந்தான். அதனால் அவனிடம் போனில் இந்த இட்லி எண்ணைக் கூறினோம். "நித்திலா, இன்னைக்கு நீ எத்தனை இட்லி சாப்பிட்ட சொல்லு" என்றதற்கு அவன் அப்பாவியாக, "இந்த ஊர்ல பூரி தான் கிடைச்சது" என்றான்.

2

கலிவர் பயணம்

கலிவர் என்ற பெயரை அடிக்கடி புத்தகங்களைத் தேடும்போது பார்த்திருக்கின்றேன். அண்ணா நூற்றாண்டு நூலகத்தில் ஒரு முறை நூலகத்திற்கு புத்தகங்கள் தேர்வு செய்யும்போது அப்பாவுடன் சென்றிருந்தேன். 'கலிவர் பயணங்கள்' மட்டும் ஆங்கிலத்தில் விதவிதமாக பதினைந்து புத்தகங்கள் இருந்தன. "என்னப்பா இவ்ளோ இருக்கு" என விசாரித்தேன். அப்பா "அது ஒரு க்ளாசிக் புத்தகம். வெளி வந்த காலம் முதல் 'கலிவர் பயணங்கள்' புத்தகம் கொண்டாடப்படுகின்றது" என்றார். "தமிழ்ல இருக்கா?"ன்னு கேட்டதற்கு, "யூமா வாசுகி அதனை தமிழில் மொழிபெயர்த்து இருக்கார். படிக்கரன்னா சொல்லு தேடித்தரேன். நம்ம வீட்லயே இருக்கு" என்றார். நானும் வாங்கி வைத்துக்கொண்டேன். நித்திலன் வீட்டில் சந்தித்தபோது படங்கள் பார்க்கலாம் எனப் புரட்டியபோது 'கலிவர் பயணங்கள்' என்ற திரைப்படத்தின் தலைப்பினைப் பார்த்ததும்தான் அந்தப் புத்தகம் என் அலமாரியில் இருந்தது நினைவிற்கு வந்தது. அடுத்த வாரமே அதனைப் படிக்கலாம் என்று முடிவு செய்தோம்.

'கலிவர் பயணங்கள்' புத்தகத்தினை வாசிக்க ஆரம்பித்தோம். ஒன்றாக வாசிப்பது என்பது கூடுதல் உற்சாகம்தான். எங்களுக்கு இந்த நாவல் வாசிப்பது அவ்வளவு மகிழ்வாக இருந்தது.

கலிவர் பயணங்கள் புத்தகத்தினை எழுதியவர் பெயர் ஜோனத்தான் ஸ்விப்ட். புத்தகத்தில் கலிவர் என்பவர் நான்கு வெவ்வேறு நிலங்களுக்குப் பயணம் செய்வார். கலிவர் ஒரு டாக்டர். அதில் எங்களுக்கு மிகவும் பிடித்திருந்தது லில்லிபுட் தீவிற்குச் சென்ற பயணம்தான். லில்லிபுட் கதைப் பகுதியை மட்டுமே இரண்டு முறை வாசித்தோம். எங்களுக்கு அந்த உணர்வு புதியதாக இருந்தது. ஏற்கெனவே நிறைய வாசித்து இருந்தாலும் இது புதியதாக இருந்தது. சுண்டுவிரல் மனிதர்களை பற்றிய கதைகளை அப்பா சொல்லி இருக்கின்றார். அதில் ஒரே ஒரு சுண்டுவிரல் மனிதன் மட்டும் இருப்பான். 'ஒரு சாண மனுஷன்' என்ற நாடோடிக்கதையையும் நாங்கள் எப்போதோ படித்தோம். ஆனால் அவை எல்லாம் மிகச்சிறிய கதைகள்.

கலிவர் பயணத்தில் லில்லிபுட் என்ற நாட்டிற்குப் பயணிப்பார் கலிவர். பயணிப்பார் என்பதைவிட கப்பல் உடைந்து அந்த நாட்டின் கரையினைச் சேர்வார். மயக்கமான நிலையில் இருப்பார். விழித்துப் பார்த்தால் கை கால்களை அசைக்க முடியாத சூழல் இருக்கும். அவருடைய கைகளும் கால்களும் கட்டப்பட்டு இருக்கும். இமை திறந்து பார்ப்பவருக்கு ஆச்சரியம் காத்திருக்கும். சுற்றிலும் சுண்டுவிரல் உயர மனிதர்களாக இருப்பார்கள். முதலில் பதறினாலும் பின்னர் சுதாரித்து அவர்களுடன் நட்பு கொள்கின்றார். அந்த நிலத்தினைப் பார்வையிடுவார். அந்த நாட்டு ராணியுடன் நட்புகொள்வார். அவர்களின் உலகத்தினை வாசிக்க வாசிக்க ஒரு மயக்கம் போலத்தான் இருந்தது.

வழக்கமாக பதினொரு மணிக்கு எல்லாம் வாசிப்பதையோ விளையாடுவதையோ நிறுத்திவிட்டு உறங்கச் சென்றுவிடுவோம். அதிலும் விளக்கினை அணைத்துவிட்டு எல்லோரும் சுமார் ஒரு மணி நேரமாவது பேசிக்கொண்டுதான் இருப்போம். எந்த வீட்டில் தங்கினாலும் வீட்டு வரவேற்பறையில் படுத்துக்கொள்வோம். செழியன் எப்போதும் உறங்குவதற்கு சோபாவைத் தேர்ந்து எடுப்பான். முக்கால்வாசி நேரம் அவன்தான் முதலில் தூங்க ஆரம்பிப்பான். அவன் சாதாரண நாட்களில் எட்டு எட்டரைக்கு எல்லாம் படுக்கைக்குச் சென்றிடுவான்.

கலிவர் புத்தகத்தினை வாசிக்கும்போது "அக்கா, இன்னும் படிக்கா, இன்னும் படிக்கா..." எனக் கொட்ட கொட்ட விழித்து இருந்தான். நடு இரவு பன்னிரண்டு மணி வரையில் மாறிமாறி வாசித்துக்கொண்டே இருந்தோம். மாமா எழுந்து வந்து, "இப்ப

தூங்கப்போறீங்களா இல்லையா" என லேசாக மிரட்டியதால் பயந்த மாதிரி நடித்து எல்லோரும் உறங்கச் சென்றோம். அன்றைய இரவு வழக்கமான அந்த ஒரு மணி நேரப் பேச்சு நடைபெறவில்லை. விரைவிலேயே உறங்கிவிட்டோம்.

"இப்பவும் சுண்டுவிரல் உயர மனிதர்கள் லில்லிபுட்டில் இருப்பார்களா?" என்று கேட்டான் செழியன்.

"இது கதை மட்டும்தானே, நிஜத்தில் எப்படி இருப்பாங்க" என்று பதில் கூறினாள் ஓவியா.

ஆனால் நித்திலன் இவர்கள் பேசுவதைக் கேட்காமல் ஓர் ஓவியம் வரைந்துகொண்டு இருந்தான். ஒரு மிகப்பெரிய பள்ளத்தாக்கில் ஒரு ராட்சச உருவமும் ஒரு மனிதனும் நடந்து செல்வது போல இருந்தது. அவனுக்குள் லில்லிபுட் உலகம் சென்றுவிட்டது.

3

கலிவர் பைத்தியம்

கிட்டத்தட்ட அடுத்த சில நாட்களில் லில்லிபுட்களைப் பற்றி பேசாத நாளே இருக்கவில்லை. தினமும் இரவு போர்வைக்குள் சென்றதும் செழியன் லில்லிபுட்களைப் பற்றியே பேசுவான். அப்பா இரண்டு மூன்று முறை "அங்க என்னடா குசு குசுன்னு..." என்று கேட்டார். போர்வையை விலக்கி, "ரகசியம்பா" என்பான். 'அவங்க ஊர்ல பேருந்து இருக்குமா? அவங்க ஊர்ல ஃப்ளைட் எல்லாம் நம்ம சொப்பு போல இருக்குமா? அங்க முதல்ல ஃப்ளைட் பறக்குமா? அவங்க கீழ விழுந்தா அடிபடுமா? அங்க இன்னும் ராஜாக்கள் இருப்பாங்களா?' எந்த இடத்தில் இருந்தாலும் இதே கேள்விதான்.

பள்ளியில் இருந்து வீடு திரும்பும்போதும் இதைப் பற்றியேதான் ஓயாமல் பேசுவான். அமேசான் ப்ரைம் வீடியோஸில் போய் 'லில்லிபுட்' என்று தட்டச்சு செய்து அது சம்பந்தமான எல்லாப் படங்களையும் நாங்க ரெண்டு பேரும் பார்த்தாச்சு. மூணு அனிமேஷன் படங்கள் இருந்தன, சில வருடங்கள் முன்னர் எடுக்கப்பட்ட படங்களும் இருந்தன. "இல்லைக்கா நாம படிச்சது போல இந்த படம் இல்லை" என்று சலித்துக்கொண்டான். அப்பா, அவனுக்கு அதைப் பற்றிய விளக்கம் கொடுத்தார், ஆனால் நான் அப்ப ஓடிவிட்டேன்.

"வாசிப்பு ஒரு தனி உலகம். ஓர் எழுத்தினை நீ வாசிப்பதும் அக்கா வாசிப்பதும் வேற வேறயா இருக்கும்."

ஒரு நாள் செழியனுக்கு நல்ல சளி. "சுடு தண்ணீ வெச்சுக்கொடுக்கா" எனக் கேட்டான். அப்பாவும் அம்மாவும் வெளியே போயிருந்தார்கள். சரியென அடுப்பில் தண்ணீர் வைத்துவிட்டு "கொஞ்சம் நேரம் கழிச்சு கூப்பிடு" என்றேன். அவன் கொஞ்ச நேரத்தில் கூப்பிடவில்லை, கத்தினான். "அக்கா லில்லிபுட்ஸ் பசங்க நம்ம வீட்டுக்கு வந்துட்டாங்க" என்று ஓடிவந்து கட்டிலுக்கு அடியில் போர்வை போர்த்திக்கொண்டு படுத்துக்கொண்டான். இல்லை, இல்லை மறைந்துகொண்டான். அவன் உண்மையாகவே பயப்படுகின்றானா இல்லை விளையாட்டு காட்டுகின்றானா என்றே புரியவில்லை. "என்னடா சொல்ற?" என்று கேட்டதற்கு, "போய் கேஸ்ல பாரு, அந்த பாத்திரத்துக்குள்ள லில்லிபுட் ஆளுங்க வந்துட்டாங்க. வெளிய வர மேல வெச்ச தட்டைத் தட்றாங்க. வா ஒளிஞ்சிக்கோ" என்றான். நான் சமையலறைக்கு ஓடினேன். கொதித்த நீரை நிறுத்திவிட்டு அவனிடம், "டேய், அது ஆவிடா" என்றேன். "அய்யோ பேயா..." என்று அவன் அலற, வெகு நேரம் சிரித்துக்கொண்டு இருந்தோம்.

வாரநாட்களில் வழக்கமாக நாங்கள் நண்பர்களுக்குள் தொலைபேசியில் பேசிக்கொள்ளமாட்டோம். வீட்ல யாருக்காச்சும் பிறந்தநாள், திருமணநாள் என்றால் மட்டும் பெற்றோர்கள் வீடியோ காலில் இணைப்பார்கள். வழக்கத்திற்கு மாறாக அந்த புதன்கிழமை மாலை எல்லோரும் வீடியோ காலில் இணைந்தோம். "இந்த வாரமே நாம் சந்திக்கிறோம்பா" என முடிவெடுத்தோம். செழியன் செய்வதை எல்லாம் சொல்லச் சொல்ல, ஆமாம் எனக்கும் அப்படித்தான் இருக்கு எனச் சொல்ல ஆரம்பிக்கவே எல்லோருக்கும் ஒரே குதூகலம்.

எல்லோர் வீட்டிலும் 'என்னடா இவங்க போன வாரம்தானே சந்திச்சாங்க, என்ன மறுபடியும் இந்த வாரமும்' என நினைத்துக்கொண்டே அனுமதித்தனர். நானும் செழியனும் பேருந்து பிடித்து நித்திலன் வீட்டினை அடைந்தோம். இன்பாவை விடும்போது ஓவியாவையும் வழியில் அழைத்து வந்து பெரியப்பா விட்டுச்சென்றார்.

4

தேடலின் தொடக்கம்

கிட்டத்தட்ட எல்லோருக்குமே லில்லிபுட் உலகம் பற்றியே சிந்தனை இருந்தது. நித்திலனின் வீட்டில் அந்த வாரம் சந்தித்தோம். மாலையே ஃப்ரிட்ஜினைக் காலி செய்துவிட்டு எல்லாப் பொருட்களையும் அறைக்குள் எடுத்து வந்துவிட்டான் செழியன். அதிசயமாக அந்தப் புத்தகத்தினை மீண்டும் வாசித்தோம். அதுவும் குறிப்பாக லில்லிபுட் பயணத்தைப் பற்றிய பகுதி மட்டும். மற்ற மூன்று பகுதிகளை நான் முன்னரே வாசித்து இருந்தேன்.

மறுநாள் காலையில் நரேஷ் மாமாவை (நித்திலன் அப்பா) எங்களை அண்ணா நூற்றாண்டு நூலகத்திற்கு அழைத்துச் செல்லச் சொன்னோம். அவரும் "இதென்ன அதிசயமா நூலகம் எல்லாம் போகணும்ம்னு சொல்றீங்க"ன்னு கேட்டார். நாங்க யாரும் விஷயத்தைச் சொல்லவே இல்லை. எங்களை வாசலில் இறக்கிவிட்டு மாமா சென்றுவிட்டார். "குழலி, சீக்கிரம் படிச்சு முடிச்சிட்டீங்கன்னா வெங்கடேஷ் சார் போன்ல எனக்கு போன் அடி, வந்துட்றேன்." எங்கள் கைகளில் இரண்டு நோட்டுகளும், இரண்டு பேனாக்களும், இரண்டு தண்ணீர் பாட்டில்களும், சின்ன பர்ஸில் கொஞ்சம் காசு மட்டும் இருந்தன. வாசலிலேயே எடுத்துச்சென்ற பையினை வைத்துவிட்டோம். நூலகத்திற்குள் எடுத்துச்செல்ல

அனுமதி இல்லை. என் தலைமையில் அந்தக் குழு உள்ளே நுழைந்தது. அண்ணா நூற்றாண்டு நூலகம் பற்றி தெரியும்தானே? அது எட்டு தளங்களைக் கொண்டது. ஒவ்வொரு தளத்திலும் துறை சார்ந்த தலைப்புகளில் புத்தகங்கள் இருக்கும். நேராக முதல் தளத்திற்குச் சென்றுவிட்டோம். அங்கேதான் சிறுவர்களுக்கான புத்தகங்கள் உள்ளன.

ஐவரின் ஒரே நோக்கம் கலிவர் பயணம் பற்றியும் ஜோனத்தான் ஸ்விப்ட் பற்றியும் தகவல்களைத் திரட்ட வேண்டும் என்பதுதான். தமிழ், ஆங்கிலம் என்று எல்லாப் புத்தகங்களையும் நாங்கள் தேட ஆரம்பித்தோம். தமிழில் மிகவும் குறைவாகவே புத்தகங்கள் இருந்தன. நாங்கள் ஏற்கெனவே படித்த புத்தகம் மட்டுமே இருந்தது. ஆங்கிலத்தில் இருந்த புத்தகங்கள் வெறும் கதைச் சுருக்கமாகவே இருந்தன. அப்போதுதான் வெங்கடேஷ் மாமாவின் நினைவு வந்தது. அவர் இரண்டாம் தளத்தில் பணிபுரிகிறார். அப்பாவின் நண்பர் வெங்கடேஷிடம் சென்று "எங்களுக்குச் சில புத்தகங்கள் வேண்டும்" என்றோம். அவர், "சிறுவர் பகுதியிலா அல்லது பொதுப் பகுதியிலா?" என்று கேட்டார். நான் இந்த இரண்டு வார்த்தைகளையும் கூறினேன், கலிவர் மற்றும் ஜோனத்தான் ஸ்விப்ட். அவருடைய கணினியில் இந்த இரண்டு சொற்களையும் போட்டு எங்கெங்கே இதை ஒட்டிய புத்தகங்கள் இருக்கும் என்ற பட்டியலை எங்களுக்குக் கொடுத்தார். அதுவும் நீண்ட பட்டியலாக இருக்கவில்லை. பெரும்பாலும் அவை ஆங்கிலப் புத்தகங்களாகவே இருந்தன. சரி, கிடைத்த புத்தகங்களை எல்லாம் நாங்கள் எடுத்து வந்து மேஜையில் வைத்தோம்.

இன்பா ஓரமாக ஒரு இருக்கையில் அமர்ந்து கொண்டு வெளியே நடந்தவைகளைப் பார்த்துக் கொண்டிருந்தான். செழியனும் எங்களோடு இல்லாமல் ஒரு மரத்தின் அடியில் உட்கார்ந்து ஏதேதோ பக்கங்களைப் புரட்டிக் கொண்டிருந்தான். ஆக நான், நித்திலன் மற்றும் ஓவியா மட்டுமே ஒரு மேஜையில் அமர்ந்து புத்தகங்களைப் பார்த்துக்கொண்டிருந்தோம். நானும் நித்திலனும் குறிப்புகள் எடுத்துக்கொண்டோம். ஜோனத்தான் ஸ்விப்ட் பற்றிய குறிப்புகள் ஒரு பெரிய புத்தகத்தில் கிடைத்தன. அது ஒரு குறிப்பு புத்தகம் என்பதால் அதை நான்காம் தளத்தில் இருந்து கீழே எடுத்துவர முடியாது என்று சொல்லிவிட்டார்கள். அதனால் நாங்கள் மூவரும் அங்கேயே சென்று குறிப்பெடுத்தோம். உண்மையில் இப்படிக் குறிப்பு எடுப்பது இதுவே முதல் முறை.

அப்பாவுடன் சில வருடங்களுக்கு முன்னர் வந்தபோது அப்பா குறிப்பெடுத்ததைப் பார்த்துள்ளேன். ஜாலியன்வாலாபாக் படுகொலையை மையமாக வைத்து ஒரு சிறுவர் நாவலை அப்பா எழுதினார். அதற்கும் இதே போல வெங்கடேஷ் மாமாவிடம் சில குறிப்பு சொற்களைச் சொல்லி புத்தகங்களைத் தேர்வு செய்து அந்த நூல்களில் இருந்து குறிப்புகளை நோட்டில் எழுதிக்கொண்டார். அவரை அப்படியே பின்பற்றுகின்றோம். செழியனும் இன்பாவும் சிறுவர் பகுதியிலேயே இருந்தனர்.

நடுவில் எல்லோரையும் தரைத்தளத்திற்கு அழைத்துச் சென்று பாதாம் பாலினை அனைவருக்கும் வாங்கிக்கொடுத்தார் வெங்கடேஷ் மாமா. "மதியம் இங்கயே சாப்பிட்றீங்களா, இல்லை வீட்டுக்கு போறீங்களா?" என்று கேட்டார். ஐவருக்குமே விரைவாக வீட்டிற்குச் செல்ல எண்ணமில்லை. யார் முதலில் இதனைச் சொல்வது என்று தயக்கம் இருந்தது. செழியன், "இங்க சாம்பார் சாதம் கிடைக்குமா அங்கிள்?" என்று ஆரம்பித்தான். எல்லோருமே "இங்கயே மாலை வரை இருக்கின்றோம், நீங்களே அப்பாவுக்கு சொல்லிடுங்க" என்று சொல்லிவிட்டோம். அப்பாவிடம் சொன்னால் அவர் மற்றவர்களுக்கும் தெரிவித்துவிடுவார். ஐந்து குடும்ப உறுப்பினர்களுக்கு என்று ஒரு வாட்ஸப் குழு இருக்கின்றது. அதில் தகவலைச் சொல்லிவிடுவார். ஒரு வழியாக அந்த நாள் முழுக்க அங்கேயே செலவிட்டோம். மாலையில் தான் நரேஷ் மாமா வந்து வலுக்கட்டாயமாக எங்களை அழைத்துச் சென்றார். மறுநாள் திங்கட்கிழமை, விடுமுறை நாளாக இருந்ததால் உடனே அவரவர் வீட்டிற்குச் செல்லவேண்டிய அவசரம் இல்லை.

இரவு உணவிற்குப் பின்னர் எல்லோரும் அமர்ந்து அன்று திரட்டிய தகவல்களைப் பகிர்ந்துகொண்டோம். அந்த அதிசயத்திற்குத் தயாரானது எங்களுக்குத் தெரியவில்லை.

5

டைரியில் கிடைக்குமா?

சேகரித்த தகவல்களின் அடிப்படையில் கலிவர் பயணங்களை எழுதியது ஜோனத்தான் ஸ்விப்ட் என்பவர். அவர் டப்ளின் என்ற நகரத்தில் பிறந்து பின்னர் இங்கிலாந்தில் வளர்ந்து, பின்னர் டப்ளின் நகரத்தில் பாதிரியாராக வாழ்ந்துள்ளார். இவர் கண்டிப்பாக லில்லிபுட்டிற்குப் பயணம் செய்து அந்த அனுபவத்தின் அடிப்படையில்தான் கதையினை எழுதி இருக்க வேண்டும் என ஆழமாக நம்பினோம்.

"அவர் போயிட்டு வந்திருந்தா ஃபோட்டோக்கள் இருந்திருக்கும் இல்லையா?"

"அந்தக் காலத்துல எல்லாம் ஃபோட்டோ கண்டிப்பா இருந்திருக்காது. இது சுமார் 200, 300 ஆண்டுகளுக்கு முன்னாடி நடந்த சம்பவம். அப்பதான் வந்து ஜோனத்தான் ஸ்விப்ட் வாழ்ந்திருக்கிறார். அதனால நிச்சயமாக புகைப்படங்கள் எல்லாம் இருக்காதுன்னு நினைக்கிறேன்."

"சரி, அப்படினா டைரியில் ஏதாச்சும் எழுதி வெச்சிருப்பார் இல்ல, எங்க போயிட்டு வந்து, இந்த திசையில இருக்கு... அப்படின்னு..."

"அந்த டைரி வச்சு நாம என்ன பண்றது?"

ஒவியா குறுக்கிட்டாள். "டைரி கிடைச்சதுன்னா, கண்டிப்பா அதுல அந்த லில்லிபுட்டுடைய

ஸ்கிரிப்ட் இருக்கும். அது கண்டிப்பா மொழி அடிப்படைகளைக் கொண்ட ஒரு ஸ்கிரிப்டா இருக்கும். அதை வச்சு நாம அவங்கள தொடர்பு செய்ய முயற்சி செய்யலாம்னு நினைக்கிறேன்."

எங்க யாருக்கும் புரியல. ஓவியாவே தொடர்ந்து விளக்கினாள். "எல்லா மொழிகளுக்கும் அடிப்படையான எழுத்துகள் இருக்கும். தமிழுக்கு அ, ஆ, இ, ஈ மாதிரி, ஆங்கிலத்தில் ஏ,பி,சி,டி மாதிரி. அந்த லில்லிபுட் மொழி எப்படி இருக்கும்னு தெரியல. ஒரு வேளை ஆக்‌ஷன் - செய்கை வார்த்தைகளா இருந்தா ரொம்ப எளிதா நாடிய பிடிச்சிடலாம். அதை வச்சு லில்லிபுட்களுக்கு நாம தகவல் ஏதாச்சும் அனுப்பலாம். கண்டிப்பா லில்லிபுட் மொழி தெரிஞ்சவங்க அந்த தகவலைப் படிச்சா அவங்களால மட்டும்தான் புரிஞ்சிக்க முடியும். அவங்க திரும்ப நம்மள தொடர்புகொள்ளுவாங்க" என்றாள்.

கேட்க மிகவும் பிரம்மாண்டமான வேலையாக எங்களுக்குத் தோன்றியது. ஆனால் ஓவியா பல மொழிகளைக் கற்றதால் அவள் சொல்வதில் ஏதாவது விஷயம் இருக்கும் என நினைத்தோம். இப்போது செய்ய வேண்டியது ஜோனத்தான் ஸ்விப்ட்டின் டைரிகளைத் தேடிக்கண்டுபிடிப்பது. ஒருமுறை கணித மேதை ராமானுஜத்தின் குறிப்பு நோட்டுகள் என்று அவர் எழுதிய நோட்டுகளை அருங்காட்சியகத்தில் வைத்திருப்பதாக அப்பா சில படங்களைக் காட்டிய நினைவு.

"அப்ப கூகுள்ல அவர் டைரிகள் ஏதாச்சும் ம்யூசியத்துல இருக்கான்னு தேடிப் பார்க்கலாமா?" என்றான் நித்திலன் ஆர்வமாக.

உடனே தேடியும் பார்த்தோம். ஆனால் அப்படி எந்தத் தகவலும் கிடைக்கவில்லை.

இன்பா கூறினான், "சில விஷயங்கள் இணையத்தில் கிடைக்காது. இணையத்தில் உண்மையைவிட பெரும்பான்மை பொய் தான். பொய் என்பதைவிட உண்மைக்கு புறம்பானவை."

அவன் சில சமயம் அப்படித்தான் தத்துவங்களாகக் கூறுவான். அவன் கூறுவதிலும் உண்மை இருந்தது. அப்படி என்றால் அவர் கடைசியாக வாழ்ந்த நகரத்தில் தேட வேண்டும். அவர் வாழ்ந்த வீட்டினை நூலகமாகவோ அருங்காட்சியகமாகவோ மாற்றி இருப்பார்கள். ஐரோப்பா முழுக்க இப்படித்தான் செய்வார்கள் என நினைத்தோம்.

"அவர் கடைசியாக இருந்தது எந்த நாட்ல, எந்த ஊர்ல?"

"இரு, நான் குறிப்பு எடுத்தேன்" என்றான் நித்திலன்.

"ஐயர்லாந்தில் இருக்கும் டப்ளின்."

ஒருவித அமைதி நிலவியது. அதுவரை பேசாமல் இருந்த செழியன் முகத்தில் ஆயிரம் வாட்ஸ் பல்ப் எரிந்தவன் போல.

"அங்க தான் காதம்பரி இருக்கா..."

6

காதம்பரி

காதம்பரி. நித்திலனின் தங்கை. நித்திலனின் அப்பாவும் காதம்பரியின் அப்பாவும் இரட்டையர்கள். பணி நிமித்தமாக ஐயர்லாந்தில் உள்ள டப்ளின் நகரில் வசிக்கின்றார்கள். ஐயர்லாந்து நாடு ஐரோப்பா கண்டத்தில் உள்ளது. காதம்பரியின் அப்பாவும் இந்த நண்பர்கள் குழுவில் இருந்தவர்தான். இப்பவும் இருக்கார். ஆனா வெளிநாட்டுல இருக்கார். காதம்பரி வருடத்திற்கு ஒரு முறை இந்தியாவிற்கு வருவாள். சில சமயம் இரண்டு மாதங்கள்கூட இருப்பாள். அப்போது எல்லாம் எங்களுடனே கழிப்பாள். அவள் எங்கள் எல்லோருக்குமே செல்லப்பெண். ஓவியாவிற்கும் அவளுக்கும் ஒரே வயது.

டப்ளின் நகரில் அந்த டைரி இருப்பதால் அந்த டைரியைத் தேடும் வேலையை காதம்பரியிடம் கொடுக்கலாம் என்று எல்லோரும் முடிவு செய்திருந்தோம். ஞாயிறு இரவு இதனை முடிவு செய்ததால் உடனடியாக அவளிடம் பேச முடியவில்லை. ஏனெனில் டப்ளின் சுமார் 8 லிருந்து 9 மணிநேரம் முன்னோக்கி இருந்தது. நமக்கு இரவு 10 மணி என்றால் அவர்களுக்கு விடியற்காலை 4 அல்லது 5 மணி இருக்கலாம். 'காலை எழுந்ததும் எங்களுக்கு அழைக்கவும்' என்று ஒரு குறுஞ்செய்தியை மட்டும் அவளுக்கு அனுப்பினோம்.

அவளுக்கு திங்கட்கிழமை விடுமுறை இல்லை, அதனால் பள்ளி செல்வதற்கு முன் அவளுக்கு இந்தத் தகவலைத் தெரிவிக்க நினைத்தோம். திங்கட்கிழமை காலை நித்திலன் வீட்டிற்கு வீடியோ கால் அழைத்தாள் காதம்பரி. அவள் ஆச்சரியப்படும்படி நாங்கள் அனைவரும் அங்கே ஒன்றாக இருந்தோம். "ஏ... என்னப்பா, எல்லாரும் ஒண்ணா? அங்க என்ன விடுமுறையா?" என எல்லோரையும் நலம் விசாரித்தாள். பின்னர் நேராக விஷயத்திற்கு வந்தோம்.

அவளுக்கு கலிவர் பயணத்தில் எங்கள் பயணத்தைக் குறிப்பிட்டோம். எவ்வாறு கலிவர் பயணம் புத்தகத்தை ஆரம்பித்தோம், படித்து ஒவ்வொருவரும் எவ்வாறு குதூகலமாக இருந்தோம், பின்னர் அண்ணா நூற்றாண்டு நூலகம் சென்று செய்திகளைச் சேகரித்து பிறகு நடந்த உரையாடல்கள் அனைத்தையும் அவளுக்கு விவரித்தோம். ஆரம்பத்தில் அவளுக்குப் புரியவில்லை. பின்னர் மீண்டும் நான் அவளுக்கு விளக்கினேன். "உன்னையும் எங்க பயணத்தில் சேர்த்துகிட்றோம்" என்றேன். "நான் இப்ப என்னதான்பா செய்யணும்?" என்று கேட்டாள். "எங்களால் ஜோனத்தான் ஸ்விப்டின் டைரிகள் இப்போது இருக்கிறதா இல்லையா என்று இணையத்தில் கண்டுபிடிக்க முடியவில்லை. ஆகவே நீ நேரடியாகச் சென்று அந்த டைரிகள் இருக்கின்றனவா என்று உறுதி செய்ய வேண்டும். டைரிகள் இருக்கின்றன என்றால், அதனை ஃபோட்டோ எடுத்து எங்களுக்கு அனுப்ப வேண்டும்" என்ற செய்தியை மட்டும் அவளுக்குக் கொடுத்தோம்.

ஒரு சேர அவள் இந்த விஷயங்களை உள்வாங்குவது சற்றேறக்குறைய சிரமமான காரியம்தான். அதை நாங்களும் உணர்ந்தோம். பின்னர் நாங்கள் சேகரித்து வைத்த குறிப்புகளை எல்லாம் ஒரு மின் அஞ்சலில் எழுதி அவளுடைய மின் முகவரிக்கு அனுப்பினோம். 'டப்ளின் நகரில் உள்ள ஒரு சர்ச்சில் அவர் கடைசியாகப் பணிபுரிந்தார். ஆகவே அங்கே சென்று விசாரித்தால் மேலும் தகவல்கள் கிடைக்கும்' என்று மின்மடலில் தெரிவித்தோம்.

"சாயந்திரமா வந்து அந்த சர்ச் எங்கே இருக்கின்றது எனப் பார்க்கிறேன்" என்று மட்டும் பதில் அனுப்பினாள். நாங்கள் திங்கட்கிழமை மதியமாக அவரவர் வீடுகளுக்குத் திரும்பினோம். ஏனெனில் காதம்பரியிடம் பொறுப்பினை ஒப்படைத்த பின்னர் இந்த விஷயத்தில் எங்களுக்கு வேலை எதுவும் இருக்கவில்லை.

வியாழன் மாலை எங்களுக்கு ஒரு மடலினை காதம்பரி அனுப்பி இருந்தாள். கடிதங்கள் எழுதும் பழக்கத்தினை எங்களுக்கு எங்கள் பெற்றோர்கள் பழக்கி இருந்தார்கள். ஆண்டிற்கு எப்படியும் குறைந்தது பத்து கடிதங்களையாவது எழுதிடுவோம். அதில் சில பேனா நண்பர்களும் உண்டு. அது தனிக்கதை. காதம்பரியின் மின்மடலுக்கு வருவோம். அதில் பின்வருமாறு இருந்தது.

"அன்புள்ள நண்பர்களுக்கு,

வணக்கம். நம்முடைய இந்த மிஷனுக்கு ஒரு பெயர் வைக்க வேண்டும். எனக்கு இது மிகவும் மகிழ்வாக இருக்கின்றது. நானும் கலிவர் பயணங்கள் புத்தகத்தின் கதையினைப் படித்துவிட்டேன். உங்களுக்கு ஏன் இந்த ஆவல் வந்தது என என்னால் புரிந்துகொள்ள முடிகின்றது. ஜோனத்தான் ஸ்விப்ட் ஒரு பாதிரியாராக இருந்தார் அல்லவா, அந்த சர்ச்சிற்கு புதன்கிழமை மாலை சென்றிருந்தேன். அது ஒரு பிரம்மாண்டமான சர்ச் கட்டடம். மிகவும் பழமை வாய்ந்தது. ஜோனத்தான் ஸ்விப்ட் இறந்தே முன்னூறு ஆண்டுகளுக்கு மேலாகின்றது என்றால் எவ்வளவு பழமை என்று பார்த்துக்கொள்ளுங்கள். சர்ச்சும் மிகவும் பெரியதாகவே இருந்தது. இங்கே இப்போது நல்ல குளிர். இரண்டு அடுக்கு ஜெர்க்கின் போட்டுக்கொண்டுதான் சென்றேன். சர்ச்சுக்குள் நன்றாக வெதுவெதுப்பாகவே இருந்தது. எனக்கு யாரிடம் விசாரிப்பது என்றுகூடத் தெரியவில்லை. நான் சென்ற சமயம் சர்ச்சில் நான்கு ஐந்து நபர்களே இருந்தார்கள். நான் ஒவ்வொரு பகுதியாக பார்வையிட்டேன். எங்கேயேனும் இங்கே முன்னர் பணி புரிந்த பாதிரியார்கள் அல்லது புகழ்பெற்ற எழுத்தாளர்களின் புகைப்படம் இருக்கின்றதா என நோட்டம் விட்டேன். பாதிரியார்களின் சில ஓவியங்கள் இருந்தன. ஆனா அவை எல்லாமே நூறு ஆண்டுகளுக்கு இடையே இருந்தவர்களின் புகைப்படங்களோ ஓவியங்களோ தான்.

வெள்ளை அங்கி போட்டு ஒரு பாதிரியார் வந்து நடுவில் இருந்த சில மெழுகுவர்த்திகளை ஏற்றினார். என்னை அழைத்தார். நீ யாரு, என்ன விஷயம்னு கேட்டார். இந்தியாவில் இருந்து வந்திருக்கேன். எனக்கு ஜோனத்தான் ஸ்விப்ட் பற்றிய விவரங்கள் வேண்டும்னு கேட்டேன். ஏன்னு கேட்டார். இந்த மாதிரி அவர் புக்ஸ் எல்லாம் படிச்சோம், ஊர்ல என்னுடைய நண்பர்கள் அவரைப் பற்றி ஆராய்ச்சி செய்யறாங்க, அதுக்கு தகவல்கள் வேண்டும்னு சொன்னேன். அவர் வான்னு என்னை ஒரு பழைய

அறைக்கு கூட்டிகிட்டு போனாரு. பயங்கர தூசியா இருந்தது. 'இந்த சர்ச்சிலதான் அவர் பணி புரிந்தார் என்றால் அவருடைய தகவல்கள் நிச்சயம் இருக்கும்' என்று கூறினார். அதுமட்டுமல்ல இந்த சர்ச்சுக்கு வழக்கமாக வருபவர்களின் தகவல்களும் பதிந்து வைக்கப்படுகின்றது என்றார். எனக்கு உற்சாகம் தாங்கவில்லை. அவர் குடும்ப விவரம் கிடைத்தால் நிச்சயம் டைரியும் கிடைத்துவிடும் என்று மகிழ்ச்சியாக இருந்தேன். என்னை சர்ச் இருக்கையில் அமரச்சொன்னார். பத்து நிமிடத்தில் வருகின்றேன் எனக் கூறிச் சென்றவர் அரை மணி நேரம் கழித்து, சோர்ந்த முகத்துடன் வந்தார்.

"டாட்டர், ஒரு சின்ன சிக்கலாகிடுச்சு. நூறு வருஷம் முன்ன சர்ச்சை பராமரிக்கிறப்ப இங்க இருந்த பழைய ரெக்கார்டுகளை எல்லாம் டப்ளின் சென்ட்ரல் லைப்ரரிக்கு மாற்றி இருக்காங்க. நீங்க கேட்கின்ற ஜோனத்தான் ஸ்விப்ட்டின் தகவல்கள் முழுக்க அங்கதான் இருக்கும். நான் வேணும்னா அந்த முதன்மை லைப்ரரியனுக்கு முன்னமே தகவல் சொல்லிட்றேன். நீங்க போனதும் ஃபாதர் லூயிஸ் அனுப்பினார்ன்னு சொல்லுங்க போதும். காட் ப்ளஸ் யூ மை சைல்ட்" என்று சொல்லி அனுப்பினார். மறுநாள் உள்ளூர் விடுமுறை என்பதால் அப்பாகிட்ட என்னை இந்த நூலகத்தில விடச்சொல்லிட்டேன்.

நம்ம ஊர் மாதிரி எல்லாம் தொலைஞ்சி போயிட மாட்டோம். நானே கூகுள் மேப்ஸில் லொக்கேஷன் பார்த்து வெச்சிட்டேன். அப்பா வேலை செய்யும் மெட்ரோ ஸ்டேஷனில் இருந்து மூன்றாவது ஸ்டேஷனுக்கு அருகில் இருந்தது டப்ளின் சென்ட்ரல் லைப்ரரி. காலை பத்து மணிக்கு 'டான்'ன்னு அங்கு போயிட்டேன். ஃபாதர் லூயிஸ் அனுப்பினார்ன்னு சொல்லி, முதன்மை நூலகரைச் சந்திச்சேன். அவங்க ஃப்ரெஞ்ச் நாட்டுப் பெண்மணி. ஆங்கிலம் சரளமா வரல. ஆனால் எனக்கு ஓரளவிற்கு ஃப்ரெஞ்ச் தெரியும். நான் கடந்த முறை இந்தியா வந்தபோது ஓவியாவை ஃப்ரெஞ்ச் கற்றுக்கொள்ளச் சொன்னேன். அவர் தன்னுடைய உதவியாளரை அழைத்து, துண்டுச்சீட்டில் ஏதோ எழுதி அனுப்பினார். கொஞ்ச நேரம் வாசிக்கும் அறையில் அமரச்சொன்னார்.

அந்த நூலகம் அட்டகாசமாக இருந்தது. இதுவரையில் அத்தகைய நூலகத்தினைப் பார்த்தே இல்லை. நிறைய நபர்கள் உள்ளே இருந்தாலும் அவ்வளவு சத்தம் எதுவுமே இல்லை. சுத்தமாகவும் இருந்தது. அவரவர் புத்தகமும் கையுமாக அமர்ந்து

இருந்தார்கள். நோட்டிஸ் போர்டிடை கவனித்தேன். வார இறுதி முழுக்க விழாக்கோலம் போல இருக்கும் என நினைக்கிறேன். அவ்வளவு நிகழ்ச்சி நிரல்களால் நிரம்பி இருந்தது. ஒரு ஓரத்தில் அமர்ந்து எல்லாவற்றையும் பார்த்துக்கொண்டு இருந்தேன். அப்படியே தூங்கிவிட்டு இருக்கின்றேன். அந்த நூலகரின் உதவியாளர் என்னை எழுப்பினார். 'அந்தக் கோப்பு கிடைத்துவிட்டது மேடம், உங்களை அவர்கள் அறைக்கு அழைக்கின்றார்' எனக் கூறினார்.

ஒரு பழைய, பழுப்பான கோப்பினை தன் மேஜை மீது வைத்து அதனை ஆழமாகப் பார்த்துக்கொண்டு இருந்தார் நூலகர். எனக்கு ஃப்ரெஞ்ச் புரிந்தது என்பதால் ஃப்ரெஞ்ச் மொழியிலேயே விளக்கினார். "அருட்தந்தை ஜோனத்தானின் தகவல்கள் அவருடைய குடும்பம் வம்சாவளி பற்றி இந்த கோப்பில் இருக்கின்றது. சரியாக 1900ஆம் ஆண்டு வரை எல்லா தகவல்களும் இருக்கின்றன. அவருடைய வம்சாவளியினரில் ஏழாம் தலைமுறை வரையில் இருப்பவர்களின் தகவல்கள் எல்லாமே இந்தக் கோப்பில் இடம்பெற்றுள்ளன. ரூக் ஜான் என்ற கொள்ளுப்பேரன் மட்டும் 1900 ஆம் ஆண்டு வரையில் கதீட்ரலுக்கு வந்து சென்று இருக்கின்றார். மற்றவர்கள் எல்லோரும் வேறு தேசம், வேறு ஊர் எனச் சென்றுவிட்டனர். நான் உங்களுக்கு அந்தக் கடைசி இரண்டு தலைமுறை விவரங்களைத் தருகின்றேன்' என்று ஒரு தாளில் எழுதிக்கொடுத்தார்.

இப்போது நாம் 17ஆம் நூற்றாண்டில் இருந்து 20ஆம் நூற்றாண்டிற்கு வந்துவிட்டோம். இப்போது இரண்டு கேள்விகள் நம் முன்னே. முதல் கேள்வி இவர்களின் வம்சாவளியினரைக் கண்டுபிடிக்க முடியுமா? இரண்டாவது, யாரிடம் அந்த டைரி இருக்கும்?"

இந்த மடலினை நாங்க எல்லோரும் தனித்தனியாக வாசித்தோம். பின்னர் க்ரூப் காலில் பேசிக்கொண்டோம். ஒரு தேடல் இப்படியே ஆரம்பத்திலேயே நின்றுவிட்டது என்று வருத்தமாக இருந்தது. அப்போதுதான் எங்களுக்கு ஒரு வார்த்தை காற்றில் வந்து விழுந்தது – ஜெனரேஷன் மேப்.

7

ஜெனரேஷன் மேப்

அது நாங்கள் அடுத்து அடி எடுத்து வைக்க உதவியது. 'ஜெனரேஷன் மேப்.' அப்பாவும் அவர் நண்பர் ஒருவரும் ஹாலில் பேசிக்கொண்டு இருந்தபோது விழுந்த வார்த்தை தான் ஜெனரேஷன் மேப். அந்த நண்பர் ஒரு விஞ்ஞானி. டெல்லியில் பணி புரிந்து ஓய்வு எடுத்துக்கொண்டு இந்தியா முழுக்கச் சுற்றுகின்றார். இல்லை, உலகம் முழுக்கச் சுற்றுகின்றார். மாநாடு ஒன்றிற்காக சென்னை வந்தவர் எங்கள் வீட்டில் தங்கி இருந்தார்.

"தாத்தா, ஜெனரேஷன் மேப்னு சொன்னீங்களே... அப்படின்னா என்ன? ரொம்ப புதுசா இருக்கே இந்த வார்த்தை" என்று கேட்டேன். அவர் நிதானமாக விளக்கினார். அறிவியல் தத்துவங்களையே எளிமையாக விளக்குபவர் இதனை விளக்கமாட்டாரா என்ன?

"ஹே குழலி, நமக்கு இது ரொம்ப சின்ன விஷயம். இரண்டாம் வகுப்பில நமக்கே தெரியாம இந்த பயிற்சியை நாம செய்திருப்போம். நீ, உன்னுடைய தம்பி ரெண்டு பேரும் உங்க அப்பா அம்மாவுக்குப் பிறந்தீங்க. இதனை ஒரு வரைபடமா போட்டா எப்படி இருக்கும்? உங்க அப்பா, அம்மா ஒரு நிலையில இருப்பாங்க, அதுக்கு கீழ நீங்க ரெண்டு பேரும் இருப்பீங்க. உங்க அப்பா

அம்மா, அவங்க அப்பா அம்மாகிட்ட இருந்து வந்திருப்பாங்க இல்லையா, அதனால அவங்க இன்னும் மேல் நிலையில் இருப்பாங்க. இப்படி ஒவ்வொரு தலைமுறையா மேப் போட்டு பெயரிடுவதுதான் ஜெனரேஷன் மேப்."

வரைந்தும் காட்டினார்.

"நம்ம ஊர்ல இருக்கிற சிக்கல் என்ன? உனக்கு உங்க அப்பா, தாத்தா, அதிகபட்சம் அவங்க அப்பா வரைக்கும் தெரியும். அதாவது உச்சபட்சமா தாத்தாவின் தாத்தா வரையில். அப்படி ஐந்து தலைமுறையினர். அதுவும் தாத்தாவின் தாத்தாவிற்கு எத்தனை பசங்க, அவங்க யாரை கல்யாணம் செய்தாங்க, அவங்களுக்கு எத்தனை பசங்கன்னு ஒரு வரைபடம் போட்டால் முக்கால்வாசி தரவுகள் நமக்குத் தெரியாது. அதை நாம ஆவணப்படுத்தியதே இல்லை. வெளிநாடுகளில் இதனை ஆவணப்படுத்தி வெச்சிருக்காங்க."

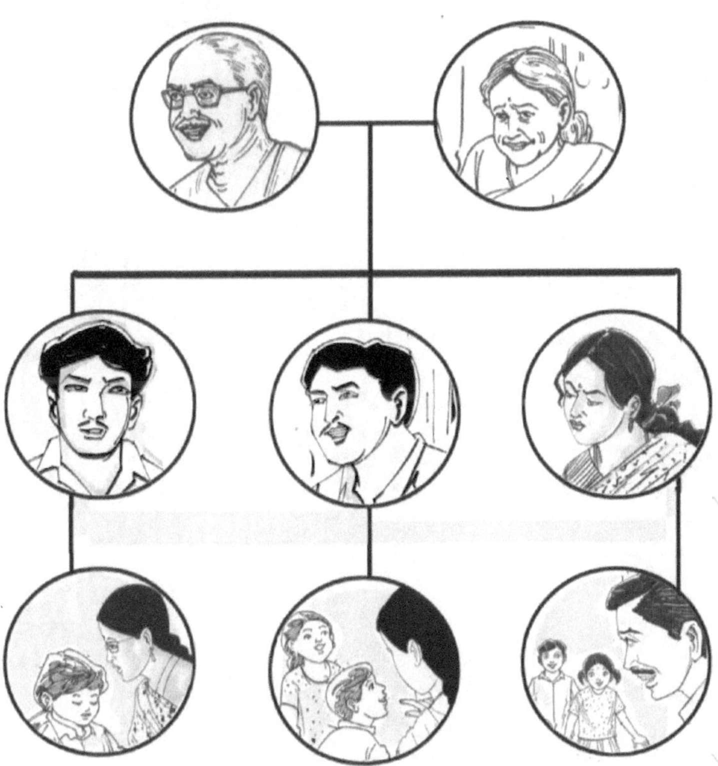

"தாத்தா, இதுல என்ன விசேஷம்?"

"ஆவணப்படுத்துதலில், நம்ம ஊர்களில் டாக்குமென்டேஷன்ல ரொம்ப பின்தங்கி இருக்கோம். வெளி நாடுகளில் முக்கியமா ஐரோப்பிய நாடுகளில் இதனை ரொம்ப சிறப்பா செய்றாங்க."

இதனை அவரிடம் கேட்கலாமா வேண்டாமா என இருந்தது.

"ஐயர்லாந்து நாட்டிலும் இருக்கா?"

"ஆமா. அதுவும் ஐரோப்பாவில் ஒரு நாடுதானே? அங்கயும் ஜெனரேஷன் மேப் இருக்கு. இன்னும் சொல்லப்போனா சுமார் 150 வருட ஜெனரேஷன்களை இவங்க ஆவணப்படுத்தி இருக்காங்க."

'டங்' என்று விளக்கு எரிந்தது.

உடனே எல்லோருக்கும் தகவலைச் சொல்லியாகணும். அய்யோ ஒரு வழி கிடைத்துவிட்டது! எங்கள் எல்லோரிடமும் செல்ஃபோன் இல்லை. ஆனால் எல்லோருக்கும் மின்முகவரி இருந்தது. பேசிக்கொள்வது என்றால் க்ரூப் கால் போட்டு எல்லோரும் பேசிக்கொள்வோம்.

அன்றைய தினம் முழுக்க, எனக்கு பள்ளியில் நினைப்பு ஜெனரேஷன் மேப் பற்றியே இருந்தது. அதுவும் அன்றைக்கு என்று சமூக அறிவியலில் நிறைய மேப் பற்றியே வந்தது. டோரா புஜ்ஜியின் 'நான் தான் மேப், நான் தான் மேப்' என்ற சொற்றொடர் மனதிற்குள் வந்துவந்து போனது. எங்கள் ஐவரில் நானும் செழியனும் மட்டும்தான் ஒரே பள்ளியில் படித்தோம். மாலை வீட்டிற்குச் சென்றதுமே பேசிவிடவேண்டும் என நினைத்தேன்.

"நமக்கு அடுத்த வழி கிடைச்ச மாதிரி தெரியுது. நாம ஜெனரேஷன் மேப் வைத்து ஜோனத்தான் ஸ்விப்ட்டின் குடும்பத்தினரைக் கண்டுபிடிக்கலாம். காதம்பரியிடம் 1900ல் வாழ்ந்த அவரது வம்சாவளியினரின் விவரம் நம்மகிட்ட இருக்கு இல்லையா, அதை வெச்சே நாம இப்ப யார், எங்க இருக்காங்கன்ற விவரம் தெரிஞ்சிடும்."

விஞ்ஞானி தாத்தா சொன்ன மற்றொரு விஷயம், நாம நினைத்தால் நம்மூர்களின் இந்த ஜெனரேஷன் மேப்பினை எளிதாகப் போட்டுவிடலாம். ஆனால் ஐரோப்பாவில் எல்லாம் மிகுந்த சிரமம். மெனக்கெட்டு ஒவ்வொரு தலைமுறையும்

இதனைச் செய்ய வேண்டும். அங்கே திருமணங்கள் குறிப்பிட்ட வட்டத்திற்குள் இருக்காது, ஒரே ஜாதி, ஒரே ஊர் என்று இருக்காது. அங்கே மிக எளிதாக ஒரு நாட்டில் இருந்து மற்ற நாட்டிற்கு இடம்பெயர்வார்கள். ஆகவே இரு நாட்டவர்கள் திருமணம் புரிந்துகொள்வார்கள். அதே போல மணமுறிவும் எளிதாக நடக்கும். மறுமணமும் மிக எளிதாக இருக்கும். அப்போது ஒரு பிரபலமான சொற்றொடரையும் குறிப்பிட்டார். ஒரு கணவர் மனைவியிடம் கேட்டாராம் "அங்கே என்ன சத்தம்?" என்று. மனைவி அதற்கு "உன் குழந்தைகளும், என் குழந்தைகளும் நம் குழந்தைகளும் வெளியே விளையாடுகின்றனர்." நம்முடைய கலாச்சாரத்திற்கு அது அந்நியமாக இருந்தாலும் அங்கே அது மிகவும் சாதாரண விஷயம் என்றார். ஆகவே இந்த ஜெனரேஷன் மேப்பினை உருவாக்குவதில் இன்னும் எத்தனை சிரமம் இருக்கும் என்பது புரிந்தது.

உடனே காதம்பரிக்குச் செய்தியைத் தெரிவித்தோம். இப்போது திரும்பவும் அவளிடம் பந்து சென்றது. அவளிடம் தகவல் தெரிவித்துவிட்டு, நாங்கள் எங்கள் வேலையைப் பார்க்க ஆரம்பித்துவிட்டோம். என்ன வேலையா... வீட்டுப்பாடங்களையும் பள்ளிப்பாடங்களையும் தான்.

பத்து நாட்களில் எங்களுக்கு ஒரு இன்ப அதிர்ச்சி காத்திருந்தது...

8

காதம்பரியின் தேடல்

நான் சொல்வதைக்காட்டிலும் காதம்பரியின் மின்மடல் அதன் பின்னர் நடந்தவற்றினைக் கூறும்.

அன்பு நண்பர்களே,

இங்கே அனைவரும் நலம். அங்கே அனைவரும் நலம் என நம்புகின்றேன். ஜெனரேஷன் மேப் என்பதை அறிமுகம் செய்தமைக்கு மிக்க நன்றி. அப்பாவிற்கும் இது புதிய வார்த்தையாகத்தான் இருந்தது. என்னுடைய வகுப்பு நண்பன் இதில் எனக்கு உதவினான். அவன் பெயர் சார்லஸ். அவனுக்கு இதனைப்பற்றி நன்றாகத் தெரிந்து இருந்தது. அவனுடைய அப்பா ஐயர்லாந்து நாட்டவர், அம்மா இங்கிலாந்தில் பிறந்தவர். இரண்டு நாடுகளும் நம்மூரில் கர்நாடகா, தமிழகம் போலத்தான். அருகருகே இருக்கும். சார்லஸ் என்னிடம் இருந்து நூலகர் கொடுத்த சீட்டினை வாங்கிக்கொண்டான். இரண்டு தினங்களில் ஒரு பெரிய பட்டியலைக் கொடுத்தான். நிஜமாகவே அது பெரிய பட்டியல் தான். சுமார் நூறு நபர்களின் விவரங்கள் அதில் இருந்தன. 1900ல் கடைசியாக ஜோனத்தான் ஸ்விப்ட் வம்சாவளியில் பெயர் இருந்த ரூக் ஜானில் இருந்து துவங்கியது. அவர் மூன்று மணங்களை முடித்து இருந்தார். அப்படி எனில் எவ்வளவு பெரிய குடும்ப மேப்பாக இருக்கும் என யோசித்துக்கொள்ளுங்கள் நண்பர்களே.

நான் சார்லஸிடம் இதுதான் விஷயம் என்று சொல்லிவிட்டேன். அவனும் நானும் கடுமையாக ஆலோசனை செய்து ஒரு முடிவிற்கு வந்தோம். அந்தப் பட்டியலில் இருந்து 40-50 வயதில் இருந்த ஐவரைத் தேர்ந்து எடுத்தோம். அவர்களுக்குச் சின்னதாக ஒரு மின்மடல் தட்டினோம். 'நாங்கள் ஆராய்ச்சிக்காக உங்களுடைய தாத்தா ஜோனத்தான் ஸ்விப்ட்டின் டைரிகளைப் பார்க்க விரும்புகின்றோம். ஒரு நகலினை மட்டும் எடுக்க விரும்புகின்றோம். உதவுங்கள்' என்று அனுப்பினோம். இரண்டு மடல்கள் திரும்பி வந்துவிட்டன. இரண்டு நபர்கள் பதிலளித்து இருந்தார்கள். இருவருமே 'மார்கஸ் ஸ்விங்கர்' குடும்பத்தினரிடம்தான் ஜோனத்தான் ஸ்விப்ட்டின் பழைய பொருட்கள் எல்லாம் இருக்கின்றன, அந்தக் குடும்பம்தான் இந்தப் பொருட்களைப் பாதுகாக்கின்றது என்றனர். அவருடைய மின்முகவரியையும் கொடுத்து இருந்தார்கள்.

ஐரோப்பாவில் தனிநபர்களின் விவரங்கள் மிகவும் பாதுகாப்பாகக் கருதப்படுபவை. ஆகவே எளிதில் ஒருவருடைய அலைபேசி எண்ணையோ, வீட்டு முகவரியையோ கண்டுபிடிக்க முடியாது. மின்முகவரியையும் அவர்கள் விருப்பப்பட்டால் மட்டுமே பொதுவில் பகிர்வார்கள். மார்கஸ் ஸ்விங்கருக்கு மடல் அனுப்பி காத்திருந்தோம். அதில் நம்பகத்தன்மை வேண்டும் என்பதற்காக என்னுடைய மற்றும் சார்லஸுடைய பள்ளி விவரங்களையும் அனுப்பி வைத்தோம். அவர் தன்னுடைய வீட்டு முகவரியையும் தொலைபேசி எண்ணையும் தந்திருந்தார். கூடவே ஒரு இன்பமான செய்தியையும் அனுப்பி இருந்தார். அவருடைய மகளும் நாங்கள் படிக்கும் பள்ளியில்தான் இருக்கின்றாராம். ஆமாம் அவரும்

டப்ளின் நகரில் தான் இன்னும் வசிக்கின்றார். எப்போது வேண்டுமானாலும் வீட்டிற்கு வரலாம் என்று சொல்லிவிட்டார்.

மறுநாளே நானும் சார்லஸும் பள்ளியில் அவரின் மகளை சந்தித்தோம். எங்களைவிட இரண்டு வருடம் மூத்தவர் என்றாலும் மிகவும் இனிமையாகப் பேசினார். 'ஏன் அந்த டைரியைத் தேடுகின்றீர்கள்' என விசாரித்தார். "ஜோனத்தன் தாத்தாவின் பழைய பெட்டி ஒன்று வழிவழியாக வந்துள்ளது. தற்சமயம் எங்கள் வீட்டில்தான் இருக்கின்றது. நாளை வீட்டிற்கு வாருங்கள். தேவையான பகுதியை புகைப்படம் எடுத்துக்கலாம்" என்று இசைவாகப் பேசினார். வீட்டிற்கு எந்த ரயில் நிலையத்தில் இறங்கி வரவேண்டும் என்றும் கூறினார். மறுநாள் சனிக்கிழமை காலை 11 மணிக்கு வருகின்றோம் எனச் சொல்லிவிட்டோம்.

சொன்னபடியே அவருடைய வீட்டிற்கு பதினொரு மணிக்குச் சென்றோம். தயாராக ஸ்விப்ட்டின் டைரிகளை எடுத்து வைத்திருந்தார் அந்த அக்கா. நான் முன்னமே கலிவர் பயணங்கள் புத்தகத்தினை வாசித்ததால் அது எந்த வருடம் வெளியானது என்ற தகவலை வைத்திருந்தேன். அதற்கு முந்தைய வருட டைரிகளை மட்டும் பார்வையிட்டேன். எப்பா சாமி... யாரு அது டைரியில் லில்லிபுட் பயணக் குறிப்புகள் இருக்கும்னு யோசனை சொன்னது... சொன்ன மாதிரியே ஒரு டைரியில் 'லேண்ட் ஆஃப் லில்லிபுட்ஸ்'ன்னு ஒரு டைரி முழுக்க வேற எதோ மொழியில் எழுதி இருந்தது. இதோ இத்துடன் அந்த டைரியில் இருந்த பக்கங்களை புகைப்படம் எடுத்து அனுப்பி இருக்கேன். அவங்க வீட்ல கூட யாரும் அவருடைய புத்தகங்களை வாசித்தது இல்லையாம். எனக்கும் சார்லஸுக்கும் ஒரு சூடான டீயும் சாண்ட்விச்சும் கொடுத்தாங்க.

எனக்கு ஆரம்பத்தில இந்த டைரியோ அதில் லில்லிபுட்டில் நடந்த நிகழ்வுகளைப் பற்றியோ எந்தக் குறிப்பும் கிடைக்காதுன்னு தான் தோணுச்சு. ஆனா உங்களுடைய ஆர்வத்தை தடுத்து நிறுத்திட வேண்டாம்னுதான் சொல்லல. தூள்... அட்டாசம். இதை வெச்சு என்ன செய்யப்போறீங்கன்னு தெரியல.

என்ன முன்னேற்றம்னு எனக்குத் தெரிவியுங்க. சார்லஸும் ரொம்ப ஆர்வமா இருக்கான்.

அன்புடன்,

காதம்பரி.

9

செய்தி அனுப்புதல்

காதம்பரியின் மடல் கிடைத்த அந்த வாரம் எங்கள் வீட்டில் எல்லோரும் சந்தித்துக்கொண்டோம். அந்த டைரியில் இருந்த வார்த்தைகள் ஒன்றுகூட எங்களுக்குப் புரியவே இல்லை. மனிதன் நிற்பது போல, ஓடுவது போல, குளிப்பது போல, தண்ணீர், கத்தி என்று ஓவியமும் பக்கத்தில் புரியாத ஒரு மொழியும் இருந்தது. அது மொழி அல்ல, ஒரு கிறுக்கல்தான். ஓவியா அன்றைய தினம் மிகவும் கவனமாக அந்த டைரிக் குறிப்புகளையே பார்த்துக்கொண்டு இருந்தாள்.

காதம்பரி மற்றும் சார்லஸின் இந்த மினி பயணத்தைப் பற்றி பேசிக்கொண்டு இருந்தோம். இதுவே தமிழ்நாட்டில் நடக்க சாத்தியம் இருக்கா என யோசித்தோம். தனியாக இப்படிக் குழந்தைகள் செல்ல முடியுமா என்று முதலிலேயே திணறினோம். இன்னும் சொல்லப்போனால் எங்கள் நான்கு வீடுகளில் நிறையவே குழந்தைகளைத் தனியாக சுற்ற விடுகின்றார்கள். என் வகுப்பு நண்பர்களிடம் இங்கே தம்பியுடன் சென்றேன் என்றால், 'எப்படிடா தனியா போறீங்க' என்று ஆச்சரியப்படுவார்கள். அப்போதுதான் எங்களை எப்படி வளர்க்கின்றார்கள் என்பதே புரிந்தது. காதம்பரி, சார்லஸ் தேடல் போல புகழ்பெற்ற எழுத்தாளரின் டைரிக் குறிப்புகளை இங்கே தேடலாமா என்றான்

செழியன். ஆனால் காரணம் இல்லாமல் ஒரு பயணம் இருக்கக்கூடாது அல்லவா.

"அக்கா, அந்த சார்லஸ் அண்ணாவோட போட்டோ அனுப்பச் சொல்லு. எப்படி ஹாலிவுட் படத்துல வர்ற ஹீரோ மாதிரி இருக்காரான்னு பார்ப்போம்" என்றான் செழியன்.

இப்போது அந்தக் குறிப்புகளைப் புரிந்துகொள்வது எப்படின்னு கவலை. புரிந்துகொள்ள முடியுமான்னு கவலை. 'இவ்வளவு தூரம் வந்துட்டோம், இன்னும் கொஞ்சம் அடிகள்தான் இருக்கு'ன்னு கணித வல்லுநர் சொல்ல, செழியன் 'எவ்வளவு அடி'ன்னு கேட்டான். 'கம்முனு இருடா'ன்னு பொட்டுன்னு ஒரு அடி கொடுத்தாள் ஓவியா. அவள்தான் ரொம்ப குழப்பிக்கிட்டு இருந்தாள். ஒரு வாரத்தில் ஓரளவு அந்த மொழியின் அடிப்படைகள் புரிந்துகொண்டதாக எங்களிடம் கூறினாள்.

ஒரு தகவலைக் கட்டமைக்கணும். அதை அனுப்பணும். என்ன தகவல் அனுப்புவதுன்னு பேச ஆரம்பிச்சோம். செழியன் ஆரம்பித்தான்.

"ஹாய் லில்லிபுட்ஸ், எப்படி இருக்கீங்க? நாங்க நல்லா இருக்கோம். இன்னைக்கு எல்லோரும் நித்திலன் வீட்ல இருக்கோம். நீங்க..." எனச் சொல்ல ஆரம்பித்ததும் நித்திலன் கடுப்பாகி,

"ஏன், அப்படியே காலையில நாலு இட்லி சாப்பிட்டேன். சட்னில மாமி உப்பு சரியா போடல, மதியம் கொட்டை ரசம் வெக்கச் சொல்லி இருக்கேன்னு எழுதச்சொல்லேனு"னு சொன்னதும் எல்லோருமே விழுந்து விழுந்து சிரித்தோம். ஓவியா தன்னுடைய சிக்கலைத் தெரிவித்தாள். "அடேய்ங்களா, என்னால ஒரு வார்த்தை, ரெண்டு வார்த்தைதான் எழுத முடியும். வரிகளை எல்லாம் எழுதற அளவுக்கு எல்லாம் நான் டைரிய முழுசா உள்வாங்கல" என்றாள். என்ன செய்தி அனுப்புவது என நீண்ட நேரம் குழம்பினோம். ஒவ்வொருவராகப் பேசிக்கொண்டே இருந்தோம். மாலையில் அதற்கு நான் ஒரு தீர்வு கூறினேன்.

"இதப்பாருங்கடா, நாம ஒரே ஒரு வார்த்தைய அனுப்புவோம். அது 'நலமா?' என்பது மட்டும். ஏன் போதும்னு சொல்றேன்னா இந்த மொழி தெரிஞ்சவங்களுக்கு மட்டும்தான் இது புரியும். புரியாதவங்க ஏதோ குழந்தை கிறுக்கி இருக்குன்னு போயிடுவாங்க.

இந்த வார்த்தையை புரிஞ்சவங்க கண்டிப்பா பதில் அனுப்புவாங்க. அதனால ஓவியா நீ என்ன செய்யற, நலமான்னு மட்டும் ஒரு வெள்ளைத் தாளில் அந்த லில்லிபுட் மொழியில எழுதற, அத புகைப்படமா புடுச்சு நாம அனுப்பறோம்.''

எல்லோருக்கும் நான் சொல்வது சரியெனப்பட்டது. அப்போது ஓவியா இது மிக எளிது என்றாள். ஆனால் அடுத்த குண்டினை நித்திலன் தன் கண்ணாடியைச் சரி செய்தபடி போட்டுகேட்டான்.

''ஆமா, யாருக்கு அனுப்புறது, போஸ்டல் அட்ரஸ் இருக்கா?''

''ஆமால்ல...'' ...''ஆமால்ல...''

''ஆமால்ல...''

''ஆமால்ல...''

இதுவும் ஒரு ட்ரெண்ட். யார் ஏதாச்சும் சொன்னதும் மற்றவர்கள் அதை அப்படியே சொல்வது. விளையாட்டாகச் சொன்னாலும் யாருக்கு இந்தத் தகவலை அனுப்புவது என்ற குழப்பம் நிலவியது. கண்டிப்பாகத் தபாலில் அனுப்புவது சாத்தியமில்லை. கணித வல்லுநர் உடனே ஒரு வழியைக் காட்டினார். அதுதான் சரி என எல்லோருக்கும் தோன்றியது. இணையத்தில் லில்லிபுட் என இருக்கும் மின்முகவரிக்கு எல்லாம் அந்தப் படத்தை அனுப்பினோம். ஒருவர் இந்தப் பெயர்களைக் கொண்ட மின்முகவரிகளைச் சேகரிக்க, மற்றொருவர் மின்மடல்களை அனுப்பிக்கொண்டே இருந்தோம். இதற்காகவே ஒரு மின்முகவரியை உருவாக்கியும் வைத்திருந்தோம். *thelittleexplorers@gmail.com*

10

திகிலூட்டிய பதில் மடல்

மடல்கள் அனுப்பியதோடு அதைப்பற்றி மறந்துவிட்டோம். ஏனென்றால் எங்களுடைய மாதாந்திரத் தேர்வும் தொடங்கிவிட்டது. எல்லோரும் படிப்பில் கவனம் செலுத்திவிட்டோம். அட ஆமா, கொஞ்சமாச்சும் நம்புங்க. நாங்க அப்ப, அப்ப படிக்கிற புள்ளைங்கதான். நான்கு நாட்கள் நாங்கள் யாரும் பேசிக்கொள்ளவில்லை. எல்லோரிடமும் அந்த மின்முகவரியுடைய பாஸ்வேர்ட் இருந்தது. நான் இரண்டாம் நாள் இரவு ஒருமுறை உள்ளே நுழைந்து ஏதேனும் பதில் வந்திருக்கா எனப் பார்த்தேன். ஆனால் ஏராளமான மடல்கள் திரும்பி வந்திருந்தன. பவுன்ஸ் பேக் என்பார்கள். அப்படிப்பட்ட மின்மடல்களே இல்லையெனத் திட்டி வந்திருந்தது. சில முகவரிகளில் நாங்களே எங்களுக்குத் தெரியாமல் தவறாகத் தட்டச்சி இருந்தோம். .comக்கு பதில் .cOm என இருந்தது. அதாவது 'ஓ' என்ற எழுத்திற்குப் பதில் பூஜ்ஜியத்தை எழுதி இருந்தோம். அந்த முகவரிக்கு மட்டும் மீண்டும் சரி செய்து அனுப்பிவிட்டு முடிவிட்டேன்.

சனிக்கிழமை விடியற்காலை ஐந்து மணிக்கு ஓவியா அழைத்திருந்தாள். "அக்கா, மெயில் செக் பண்ணுங்க. என்னால நம்பமுடியல" என்று சொல்லிவிட்டு அழைப்பினைத் துண்டித்தாள். செழியன் இன்னும் எழுந்துகொள்ளவில்லை.

டேப்லெட்டில் மின்முகவரியையும் பாஸ்வர்டையும் போடுவதற்குள் எழுந்து "காலையிலயே என்னக்கா பண்ற" என்று அருகே வந்துவிட்டான். செய்தியைச் சொல்லி மடலினைத் திறந்தேன்.

ஆமாம்.

ஆமாம்.

ஆமாம்.

பதில் வந்திருந்தது. நான் கடைசியாகத் திருத்தி அனுப்பிய மின்மடலுக்குப் பதில் வந்திருந்தது. அதுவும் நாங்கள் எழுதி அனுப்பியதைப்போல ஒரு தாளில் எழுதி புகைப்படம் எடுத்து இணைத்து அனுப்பி இருந்தார்கள். இந்த வாரம் நண்பர்கள் சந்திப்பதாகத் திட்டமில்லை. ஆனால் திரும்பவும் ஓவியாவின் வீட்டிற்கு எல்லோரும் கிளம்பி அங்கே கூடினோம். இன்பாவுக்கும் நித்திலனுக்கும் ஏன் சந்திக்கிறோம் எனச் சொல்லவில்லை. நித்திலன் மட்டும் தாமதமாக வந்தான். அன்று காலை அவனுக்குச் சிலம்பம் வகுப்பு இருந்தது, அதனால் தாமதம்.

"என்னன்னு அனுப்பி இருக்காங்க ஓவியா" என்று பெரும் ஆர்வத்துடன் கேட்டேன். அவளுக்கும் ஆரம்பத்தில் புரியாமல் கலிவரின் டைரியில் இருந்து என்னவாக இருக்கும் எனத் தேடி இருக்கின்றாள். டைரியின் கடைசிக்கு முந்தைய பக்கத்தில் இதே ஓவியம் இருந்திருக்கின்றது. அதன் அர்த்தம் 'யாரிது?'. அந்த நாள் உடனே பரபரப்பானது. உடனே பதில் போடவேண்டும். என்னவென்று போடுவது? நீண்ட நேரம் யோசித்துவிட்டு ஆங்கிலத்தில் பதில் அனுப்பினார்கள். 'நாங்கள் இந்தியாவில் இருந்து மடல் அனுப்புகின்றோம். நீங்கள் யார்?' என்று மடல் சென்றது.

மதியம் ஒரு திரைப்படத்தினை வரவேற்பறை தொலைக்காட்சியில் பார்த்தோம். ஐந்து நிமிடத்திற்கு ஒருமுறை ஆளாளுக்கு பதில் வந்துவிட்டதா என்று பார்த்துக்கொண்டேதான் இருந்தோம்.

"வந்துடுச்சு" என்று கத்தினான் நித்திலன்.

"வந்தா போக வேண்டியதுதானே அண்ணா" என்றான் செழியன் கழிவறையைக் காட்டி.

"டேய், பதில் வந்திருக்கு."

பதில் ஆங்கிலத்திலேயே வந்திருந்தது. 'நாங்கள் உண்மையில் அசந்துவிட்டோம். எங்கள் நாட்டில் வசிப்பவர்களைத் தாண்டி உங்கள் மடலே முதல்முறையாக வெளி நபரிடம் இருந்து வந்துள்ளது. எப்படி எங்களுடைய மொழி உங்களுக்குத் தெரிந்தது? யார் நீங்கள்? இந்தியாவில் என்ன ஆராய்ச்சி செய்கின்றீர்கள்? எங்கள் நாட்டில் உள்ள அனைவருக்கும் நீங்கள் அனுப்பிய மடலை அனுப்பிவிட்டோம்' என்று போட்டிருந்தது.

'என்னடா இது, நமக்கு மேல இவங்க அதிர்ச்சி அடையறாங்க'ன்னு யோசித்தோம். ஓவியா, அவர்கள் மொழியிலேயே பதில் அனுப்பவேண்டும் என விரும்பினாள். ஆனால் "அதுதான் அவர்களுக்கு ஆங்கிலம் தெரிகின்றதே, எதற்குச் சிரமப்படணும்? வேண்டுமானால் ஆங்கிலத்தில் பதில் மடல் எழுதிவிட்டு, கடைசியில் மகிழ்ச்சி என்ற வார்த்தையை அவர்கள் மொழியில் எழுதி அனுப்புவோம்" என்றான் நித்திலன்.

பதில் ஒன்றினை செழியனை எழுதச்சொன்னோம். அவன் எழுதியதில் வாக்கியப் பிழை இருந்ததை சுட்டிக்காட்டினோம். எங்கள் பெயர்களை அவர்களுக்குக் குறிப்பிடவில்லை. ஒரு பாதுகாப்பு காரணத்திற்காகவே இந்த ஏற்பாடு. கலிவர் புத்தகத்தில் இருந்து தொடங்கிய பயணத்தில் ஆரம்பித்து, ஜோனத்தான் ஸ்விப்ட் டைரி வரையில் நடந்தவைகளைக் குறிப்பிட்டு, 'எங்கே இருக்கின்றீர்கள்? இப்போது உங்கள் உயரம் என்ன?' என்று முடித்திருந்தோம்.

திரும்பி வந்த பதில் எங்களைக் கலங்கடித்தது... 'Send us your latitude and longitude' என்று மட்டும் ஒரு மடல்.

11

அட்சரேகையும் தீர்க்கரேகையும்

எங்க யாருக்குமே அட்சரேகை மற்றும் தீர்க்கரேகை என்றால் என்னவென்று தெரியவில்லை. தெளிவாக ஆங்கிலத்தில் latitude & longitude என்று இருந்தது. அது என்ன என்று முதலில் தெரியவேண்டும். ஓவியாவின் அம்மா ரம்யா அத்தையிடம் எல்லோரும் நின்றோம். "நீங்க இன்னும் இயற்பியலில் படிக்கலையா?" என்று கேட்டார். என்னுடைய புத்தகத்தில் வந்திருக்குமே என்று கேட்டார். "அன்னைக்கு அக்கா லீவாம் அத்தை, நீங்க கொஞ்சம் எங்களுக்கு விளக்கினா நல்லது" என்றான் செழியன். எல்லோரும் உணவு சாப்பிடும் மேஜையில் அமர்ந்தோம். ஒரு தாளில் பூமியை வரைந்தார். குறுக்கும் நெடுக்குமாகக் கோடுகளை வரைந்தார். நீங்க இந்தப் பக்கத்தில் இருக்கும் ஓவியத்தைப் பார்த்துக்கோங்க. அதைப் பார்த்தாலே அட்சரேகென்னா என்ன, தீர்க்கரேகென்னா என்னன்னு கண்டுபிடிச்சிடலாம்.

யார் வீட்டினுடைய இடத்தின் ரேகைகளைத் தருவது என குழப்பம். ஏதாச்சும் பூங்காவின் முகவரியைத் தருவோமா? மெரினா கடற்கரை? நீண்ட விவாதத்திற்குப் பின்னர் ஒரு முடிவிற்கு வந்தோம். அது எங்கள் வீட்டின் மொட்டைமாடி. ஆனால் நாங்கள் இதனை ஓவியாவின் வீட்டில் இருந்து பேசிக்கொண்டு இருந்தோம். மாலை வீட்டிற்குப் போய் மாடியில் என்ன

கோஆர்டினேட்ஸ் வருகின்றது எனப் பார்த்துச் சொல்லவேண்டும். உடனே செழியன் குறுக்கிட்டான். "உனக்கு மாடில அந்த இடத்தில என்ன கோஆர்டினேஷன்னு தெரியணும், அவ்ளோ தானே?"

"அடேய் அது கோஆர்டினேட்ஸ்."

"சரி எதுவோ ஒண்ணு. அப்பாவுக்கு போன் போடு, நான் வாங்கித்தரேன்" என்றான். சொன்னபடியே அப்பாவிற்கு அலைபேசி அழைப்பினைப் போட்டு, "உங்களுக்கு ஒரு போட்டி வைக்கிறேன்பா. நானும் அக்காவும் நம்ம வீட்டு மொட்டைமாடியில கோஆர்டினேட்ஸ் என்னன்னு கண்டுபிடிச்சி இருக்கோம். நீங்க சரியா கண்டுபிடிச்சி சொன்னா, நீங்க எந்த அளவுக்கு அறிவாளின்னு கண்டுபிடிப்பேன்" என்று கூறினான். அப்பா ஐந்தாவது நிமிடத்தில் குறுந்தகவலாக அனுப்பினார்.

13°02'53.0"N 80°08'08.6"E

"இந்தா அவருக்கு அனுப்பிடு" என்று நீட்டினான்.

மீண்டும் ஒரு மடலினை அந்த முகவரிக்கு அனுப்பினோம். சில நிமிடங்களிலேயே ஒரு பதில் வந்தது. 'ஏழு நாள் கழித்து எங்களுடைய ஒரு குடிமகன் உங்களை இந்த இடத்தில் சந்திப்பார். GMT 1.30 AM மணிக்கு' என்று இருந்தது.

கடிதத்தினைப் படித்ததும் செழியன் மிகுந்த கவலையுடன் இருந்தான். 'என்னாச்சுடா, ஏன்' என்று எல்லோரும் விசாரித்தோம். "1.30 AM ன்னா நடு ராத்திரிதானே? அந்த நேரம் எல்லாம் எனக்கு பயமாச்சே. மாடிக்கு எல்லாம் என்னால வர முடியாது."

நித்திலன் 'கெக்கபெக்கே'வெனச் சிரித்தான். ரம்யா அத்தை வரைந்து விளக்கிய ஓவியத்தை வைத்து அவன் இந்த நேரத்தை விளக்கினான்.

"உலகத்தில் எல்லோருக்கும் ஒரே நேரம் இல்லை. 1.30 GMT. இதுல GMTன்னா – Greenwich mean time. இதைக் குறிப்பு கோடுன்னு வெச்சுக்க. இந்தக் கோட்டில் 12.00 மணின்னா நமக்கு இந்தியாவில் 5.30 ஆகும், அதாவது 5.30 மணி பின்னாடி.. இந்திய நேரத்தை ISTன்னு குறிப்பிடுவாங்க. Indian Standard Time. இந்தியா முழுக்க ஒரே நேரம்தான். இந்தியாவின் மையப்புள்ளியா கருதற அலகாபாத்தில் என்ன நேரம் இருக்குமோ அதையே இந்தியாவுக்கான நேரமா கருதறாங்க" என்றான்.

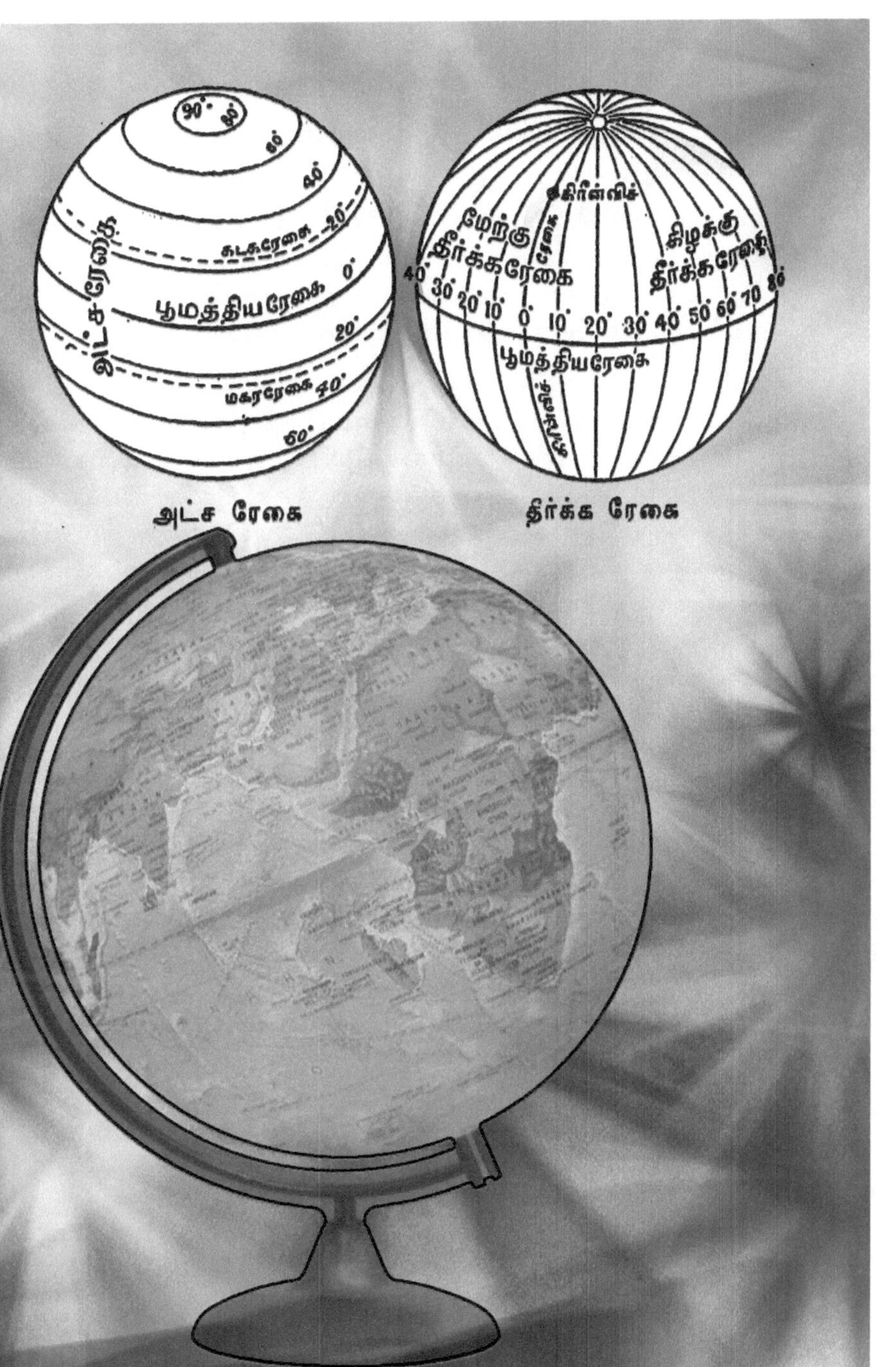

அட்ச ரேகை   தீர்க்க ரேகை

"ப்பா... அண்ணா டேய்... உனக்கு இந்த சின்ன வயசுலயே எவ்ளோ அறிவு பாரேன்" எனச் சீண்டினான் செழியன்.

"நமக்கு காலை 7 மணி. அந்த நேரத்தில்தான் வருவாங்க" என்று கணக்குப் போட்டுச் சொன்னான் இன்பா.

எல்லோரும் செழியனைப் பார்த்தோம், ஏதாச்சும் கிண்டல் செய்வான் என்று. அவனோ, "ஆங். இன்பா என்னை அடிப்பான். நான் வரலைப்பா" என்றான். "நீ சொல்லலைன்னாலும் அடிப்பேன்" என்று துரத்தினான் இன்பசேகரன்.

அன்றைய மதியப்பொழுது முழுக்கவே அடுத்த வாரம் என்ன நடக்கப்போகுது என்று பேசிக்கொண்டு இருந்தோம். காதம்பரிக்கும் இந்தச் செய்தியினைச் சொல்லிவிட அவளும் உற்சாகம் அடைந்தாள். மாலை அவரவர் வீட்டிற்குச் சென்றுவிட்டோம். 'அடுத்த வாரம் குழலி வீட்டில் சந்திக்கிறோம்' என்று நித்திலன் சொன்னதும், அவங்க அம்மா ரொம்ப விசாரிச்சாங்களாம், 'என்னடா அடிக்கடி நீங்க ஏதோ சந்திச்சு, குசுகுசுன்னு பேசிட்டு இருக்கீங்க?' என்று நோண்டினார்களாம். 'இன்னும் ஒரு வாரத்தில் சொல்றேன்மா. ஒரு ப்ராஜக்ட் வொர்க், ரகசியமா செய்யறோம்'னு சொல்லி இருக்கான்.

எதேச்சையாக அந்த புதன்கிழமை மடலினைப் பார்த்தேன். ஆங்கிலத்தில் ஒரு தகவல் லில்லிபுட்களிடம் இருந்து வந்திருந்தது. 'இப்போதுதான் எங்க ஆராய்ச்சிக் கூடத்தில் இருந்து செய்தி வந்தது. இயற்பியலின் தத்துவத்தை நாங்க மீற எங்களுக்கு இருக்கும் நேரம் 7 நிமிடங்கள் 34 விநாடிகள். அதாவது உங்கள் முன்னர் நாங்க 7 நிமிடங்கள் 34 விநாடிகள் மட்டுமே இருக்க முடியும். அதற்குள் திரும்ப எங்கள் நாட்டிற்கு வந்தாகவேண்டும். நீங்கள் குறிப்பிட்ட இடத்துக்கு கச்சிதமாக வந்து சேர்வோம். நன்றி' என்று இருந்தது.

12

இவ்வேளா குட்டியாவா?

சொன்னது போலவே மிகச்சரியாக ஏழு மணிக்கு ஒரு சுண்டுவிரல் உயர மனிதர் தோன்றினார். சூரியன் உதயமாகி இருந்தது. எல்லோருமே தயாராக இருந்தோம். ஞாயிற்றுக்கிழமையில் எல்லோரும் ஆறு மணிக்கே எழுந்து ஆறரைக்கு மாடிக்குச் செல்வது இதுவே முதல் முறை. அதுவே அதிசயம் தான். சொல்லப்போனால் சனிக்கிழமை இரவு நான், நித்திலன், ஓவியா மூன்று பேரும் தூங்கவே இல்லை. இதைப்பற்றி பேசிக்கொண்டே இருந்தோம். "ஒருவேளை நம்மை ஏமாற்ற யாராச்சும் விளையாட்டாங்களா?" என்றும் நினைத்தோம்.

அந்தக் சுண்டுவிரல் உயர மனிதர் வந்து நிற்க மேடை போன்ற அமைப்பினை ஏற்பாடு செய்திருந்தோம். நானும் இன்பாவும் அந்த வேலையைச் செய்திருந்தோம். எனக்கு கைவேலைகள் செய்வதில் கொஞ்சம் ஆர்வம் உண்டு. ஒரு மேஜிக் திரைப்படத்தில் ஆலம்பனா என்று சொல்லிவிட்டு பிஜுக் என்று சத்தத்துடன் அதிசயம் நிகழ்வது போல அந்தக் சுண்டுவிரல் உயர மனிதன் திடீரென்று தோன்றினார். ஐவரும் அவரைச் சுற்றி அமர்ந்தோம். அவர் வந்ததுமே ஸ்டாப் க்ளாக்கினை அழுத்திவிட்டோம். ஏனெனில்

அவர் வந்ததும் 7 நிமிடங்கள் 34 விநாடிகள்தான் இருப்பேன் என்று சொல்லி இருந்தார் அல்லவா.

அவர் கோடுபோட்ட சட்டை போட்டிருந்தார். கீழே கால்சட்டை நம்ம ஊர்களில் போடுவதுபோல இல்லை. கால்சட்டையும் லுங்கியும் கலந்த கலவையாக இருந்தது. கீழே காலிற்கு ஒரு தோல் செருப்பு. செருப்பின் முடிவில் ராஜா காலத்து செருப்பினைப் போல மடக்கி இருந்தது. அவரைச் சுற்றி வட்ட வடிவில் காற்று மண்டலம் போல இருந்தது. ஒருவேளை அவரைப் பாதுகாத்துக்கொள்ள ஏற்பாடாக இருக்கலாம். முதல் மூன்று நிமிடங்கள் அவர் வந்ததும் அவரை உள்வாங்கவே சரியாக இருந்தது. ஓவியா உற்சாகத்தில் அழ ஆரம்பித்துவிட்டாள். இன்பா கையில் வைத்திருந்த ஸ்கேலை வைத்து அவருடைய உயரத்தைக் கணக்கிட்டாள். செழியனுக்கு அவர் உண்மையான மனிதரா இல்லை என்ற குழப்பம் இருந்தது. அவருடன் பேச நானும் நித்திலனும் முயன்றோம். ஆனால் அவர் பேசுவது சுத்தமாகக் கேட்கவில்லை. பக்கத்துத் தெருவில் நின்று பேசினால் எவ்வளவு கேட்குமோ அவ்வளவுதான் கேட்டது. ஆனால் சைகை மொழியில் நான் பேச முயன்றேன். அவர் பதில் சொல்வதைச் சுத்தமாகப் புரிந்துகொள்ள முடியவில்லை.

மாடிப்படியில் யாரோ ஏறும் சத்தம் கேட்டது. செழியனைப் பார்த்தேன். அவன் கடகடவென மாடிப்படி நுழைவு வாயிலுக்குச் சென்று அப்பா மேலே ஏறுவதைக் பார்த்தான், நொடிப்பொழுதில் "அப்பா, அம்மா கூப்பிட்றாங்க, ஹெட் போன்ஸ் எடுங்க"ன்னு திரும்ப கீழே அனுப்பிவிட்டான்.

நேரத்தைப் பார்த்தேன். ஏழு நிமிடங்களாகிவிட்டது. இன்னும் மிகச் சில நொடிகள் மட்டுமே இருக்கின்றது. எல்லோரிடமும் பெருவிரல் நீட்டி 'வெற்றி' என்று சொல்லி மிகச்சரியாக அவர் சொன்ன நேரத்தில் மறைந்தார்.

அப்பா மாடிக்கு வர சரியாக இருந்தது "அம்மா, கூப்பிடவே இல்லையாம். என்ன பொடுசுகள் எல்லாம் காலையிலயே மொட்டைமாடிக்கு? ஏதோ தப்பா இருக்கே..." என்று சொல்லிவிட்டு காதில் ஹெட்போன்ஸ் மாட்டிக்கொண்டு நடைபழக ஆரம்பித்தார். மாடியின் ஒரு ஓரத்தில் நின்று எங்கள் ஆச்சரியத்தைக் கட்டுப்படுத்திக்கொண்டு பேசினோம். "அக்கா, இவ்ளோ குட்டிக்கா..." என்று தன் சுண்டுவிரலைக் காட்டினான்

செழியன். இன்பாவோ வந்தவருடைய உயரத்தினை தோராயமாகக் கூறாமல் சரியாகக் கூறினான்.

"அக்கா, ஒரு மெயில் வந்திருக்கு" என ஓவியா நீட்டினாள். அதில் "உங்களை எல்லோரையும் சந்தித்ததில் மகிழ்ச்சி. நீங்கள் யார் என்று தெரியாததால் கூடுதல் பாதுகாப்புடன் அங்கே எங்கள் நபரை அனுப்பினோம். நீங்கள் உங்களுக்குள் வேறு மொழியில் பேசிக்கொண்டீர்களாம், அது என்ன மொழி என்று குறிப்பிட்டால் நாங்கள் ஒரு வாரத்தில் பயின்றுவிடுவோம். அதன் விவரங்களைப் பின்னர் தெரிவிக்கின்றோம். இன்னும் இரண்டு மணி நேரத்தில் மீண்டும் எங்கள் நபர் GMT 4.00 AMக்கு உங்களை அதே இடத்தில் சந்திப்பார்".

நித்திலன் அதற்குள் ஒரு காரியம் செய்தான். ஒரு குட்டி ஒலிபெருக்கியினைச் செய்துவிட்டான். இப்போது அந்தக் சுண்டுவிரல் உயர மனிதர் பேசும்போது மைக்கில் பேசினால் எங்கள் ஐந்துபேரின் காதுகளுக்கும் கேட்குமாறு ஒரு ஏற்பாடு செய்துவிட்டான். மாடியில் இருந்து கீழே இறங்கி, பால் / காபி / டீ / ஹார்லிக்ஸ் குடித்துவிட்டு, குளித்துவிட்டு, காலை உணவான உப்புமாவை எந்தப் புகாரும் தெரிவிக்காமல் கமுக்கமாகச் சாப்பிட்டு, மேலே வந்துவிட்டோம்.

சொன்ன நேரத்திற்கு வந்துவிட்டார்கள். இப்போது அந்தக் சுண்டுவிரல் மனிதருடன் இன்னொரு சுண்டுவிரல் பையனும் வந்திருந்தான். அவருக்குப் பாதி இருந்தான். அவன் மைக்கினை எடுத்துப் பேசினான். "வணக்கம். நீங்கள் ஐந்துபேரும் எங்க நாட்டிற்கு வருகின்றீர்களா?" என்று உடைந்த ஆங்கிலத்தில் கேட்டான். எங்கள் காதுகளில் அது இனிமையாக ஒலித்தது.

"நாங்க எப்படி வர முடியும்? அது சாத்தியமே இல்லை. எங்க வீட்ல விடமாட்டாங்க" - ஓவியா

"அங்க ஸ்நாக்ஸ் எல்லாம் கிடைக்குமா?" - செழியன்

"எத்தனை நாளுக்கு வந்து நாங்க தங்க முடியும்?" என்றேன். மற்ற நால்வரும் என்னைப் பார்த்தார்கள்.

13

அப்பாவின் முன்னோட்டம்

இம்முறை அப்பாவிடம் வசமாக மாட்டிக்கொண்டோம். அவருக்கு ஏதோ நிகழ்கின்றது என்று புரிந்துவிட்டது. அம்மா தன்னுடைய தோழி வீட்டிற்குச் சென்று வருவதாகக் கிளம்பி இருந்தார்கள். வரவேற்பறையில் அமர்ந்து கதை வாசிக்க ஆரம்பித்ததில் இருந்து லில்லிபுட் ஆட்கள் வந்தது வரையில் வரிவிடாமல் ஒப்பித்தோம். அப்பாவிற்குப் புரிந்தது. மடல்களை எல்லாம் காட்டினோம். ஜோனத்தான் ஸ்விப்டின் டைரிகளை எல்லாம் பார்த்தார். படங்களைத்தான்.

"வாவ்... கலக்கிட்டீங்க பசங்களா" என்றார். எங்கள் எல்லோருக்கும் பயங்கர மகிழ்ச்சி.

"அப்பா, இப்ப எங்களைக் கூப்பிட்டு இருக்காங்க. நாங்க என்ன செய்ய?" என்று கேட்டேன். இரண்டு நிமிடங்கள் மட்டுமே யோசித்து ஒரு அற்புதமான திட்டத்தினைக் கொடுத்தார். "அவங்களுக்கு ஒரு மடல் போடுங்க. இந்த மாதிரி உங்களுடைய நாட்டினை ஒரு ஐந்து நிமிடம் அப்பா பார்வையிட வேண்டுமாம். அவருக்கு இந்தப் பயணம் பாதுகாப்பாக இருக்கும் என்றால், நாங்கள் இரண்டு வாரங்கள் கழித்து வருகின்றோம். நீங்கள் வந்து அழைத்துச்செல்லலாம். நீங்கள் எங்களுடைய தாய்மொழியைக் கேட்டீர்கள். அது செம்மொழியான தமிழ்மொழி" என்று மடல் போடச்சொன்னார். அவர் போய் பார்த்துவிட்டு

சரியாக இருக்கும் என்று நினைத்தால், மற்ற மூன்று பெற்றோர்களிடமும் அவரே பேசி சம்மதம் வாங்கித்தருவதாக வாக்களித்தார்.

மடல் வந்தது. அப்பாவின் உயரம், எடை, இடுப்பு சுற்றளவு போன்ற தகவல்களைக் கேட்டு பதில் மடல் வந்தது. அடுத்த ஞாயிறு இந்திய நேரம் ஆறு மணிக்கு வந்து அழைத்துச்செல்ல உறுதி அளித்தனர்.

"இது பற்றி அம்மாகிட்ட மூச்சுவிடக்கூடாது. நான் போறதுக்கே சம்மதம் வாங்க முடியாது. இது ஒரு ரகசியத் திட்டம்" என்று எங்களிடம் சொல்லிவிட்டு, அன்று இரவே அம்மாவிடம் அவர் சொல்லி இருப்பார் என்று எங்களுக்குத் தெரியும்.

அடுத்த மூன்று வாரங்கள் சிட்டாகப் பறந்தன. ஞாயிறு காலை ஆறு மணிக்கு நான், அப்பா, செழியன் மொட்டை மாடியில் நின்றிருந்தோம். மற்ற நண்பர்கள் வரவில்லை. இம்முறை வேறு ஒரு சுண்டுவிரல் மனிதர் வந்தார். போகலாமா என்று கேட்டார். ஆம் என்று சொன்னதும் அப்பாவிற்குக் கைகொடுத்தார். அவ்வளவுதான், அப்பாவும் அவரும் காணாமல் போய்விட்டார்கள். இருக்கையின் நுனியில் அமர்ந்து படம் பார்ப்பது போல நிமிடங்கள் கடந்தன. அடுத்த சில நிமிடங்களில் 'டங்' என்று மறைந்தது போலவே மீண்டும் வந்தார். அப்பாவின் முகத்தில் அவ்வளவு ஆனந்தம், மகிழ்ச்சி.

"உங்கள் வாழ்நாளில் இப்படி ஒரு இடத்திற்கு நீங்க போக முடியாது பசங்களா" என்று மட்டும் சொன்னார். அம்மாவிடம் கீழே இறங்கியதும் செய்தியைக் கூறினார். ஏற்கெனவே அம்மாவிற்குத் தெரிந்திருந்தது. சில தயக்கத்திற்குப் பிறகு, சமாதானத்திற்குப் பிறகு அப்பா சம்மதம் வாங்கினார். மற்ற வீடுகளில் என்னென்ன கேள்வி கேட்பார்கள் என்று அம்மாவே முன்னோட்டம் கொடுத்தார். நால்வரும் அதற்கான பதில்களைத் தயாரித்துவிட்டோம். காரில் நால்வரும் மூன்று வீடுகளுக்கும் சென்றோம். எல்லோரும் கடைசியாக நித்திலன் வீட்டில் சங்கமித்தோம். நான் எங்கள் வீட்டை விட்டுக் கிளம்பும்போதே மற்ற மூவருக்கும் குறுஞ்செய்தி அனுப்பிவிட்டேன் - "அப்பா சுண்டுவிரல் மனிதர்கள் ஊருக்குச் சென்று திரும்பிவிட்டார். அவ்வளவு அட்டகாசமாக இருக்காம். உங்கள் வீடுகளை நோக்கி வருகின்றோம். காத்திருங்கள் நண்பர்களே!"

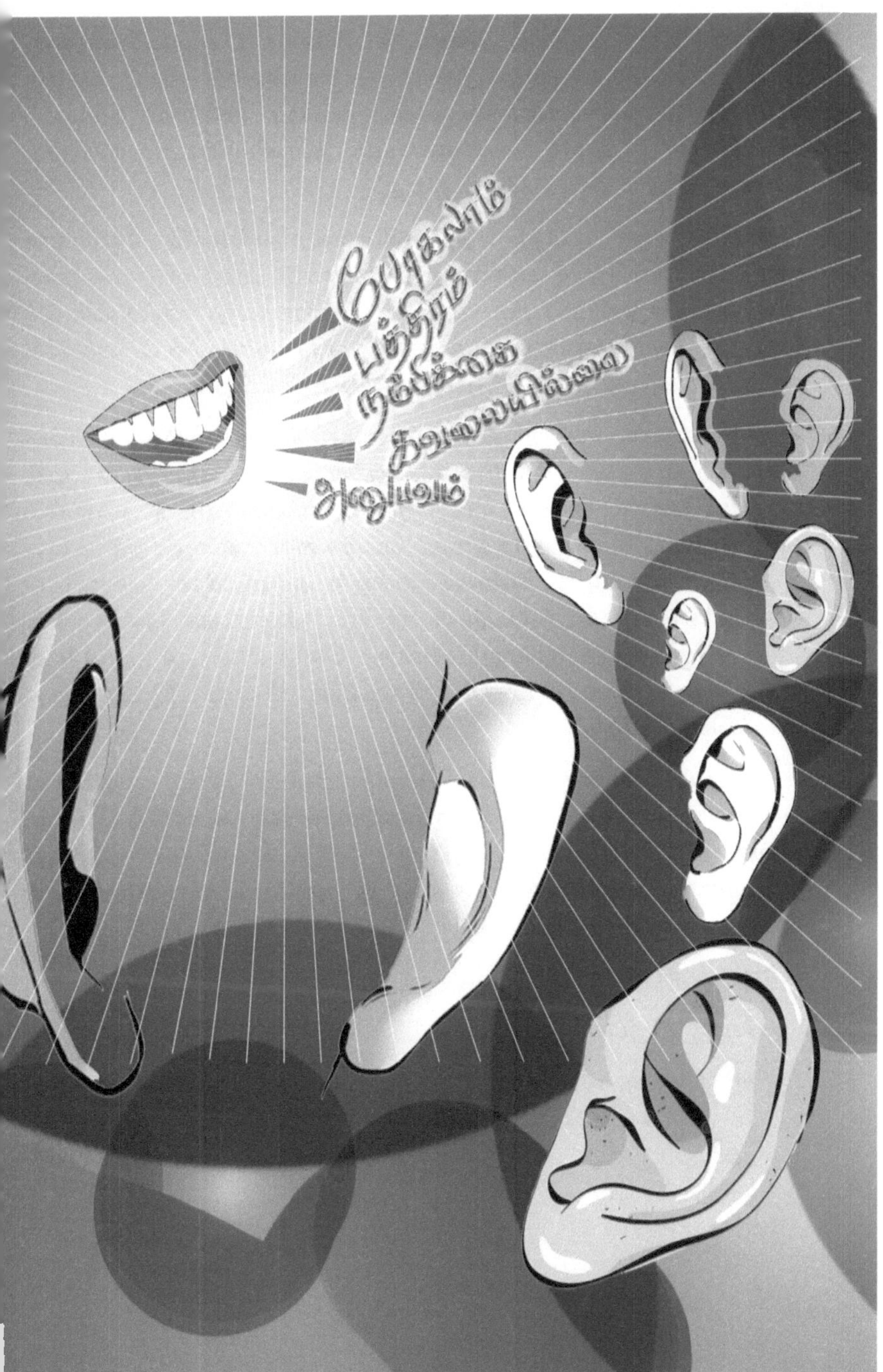

பேசலாம்
பத்திரம்
நமக்கை
தியலயில்லை
அழியும்

என்ன திடீர் சந்திப்பு என்று பெரியவர்கள் குழம்பினார்கள். அப்பா எல்லோருக்கும் நடந்தவற்றை சொன்னார். ரம்யா அத்தை மட்டும் ஒத்துக்கொள்ளவில்லை. அம்மா அவரின் சம்மதம் வாங்கினார். "குழலி எல்லாரையும் கவனிச்சிப்பா" என்றார். எனக்கு ஆஹா என்று தோன்றியது.

நம்புவீர்களா என்று தெரியவில்லை, எல்லாம் சுமுகமாக முடிந்தது. எல்லோர் பள்ளியிலும் இரண்டு வார விடுமுறைக்கு விண்ணப்பித்துவிட்டோம். எங்கே யாரையாவது விட்டுவிட்டுச் சென்றிடுவோம் என்று பயந்தோம். ஒரே ஒரு இன்ப அதிர்ச்சி மட்டும் நடந்தது. அதை அப்புறம் சொல்கின்றேன்.

மின்மடலில், என்று வந்து அழைத்துச்செல்கின்றோம் என்ற தகவல் வந்தது. எல்லோருடைய எடையும் உயரமும் அனுப்பினோம். எல்லா பெற்றோரும் எங்கள் வீட்டு மாடியில் குழுமிவிட்டார்கள். எத்தனை நபர்களை அழைத்துச்செல்ல இருந்தோமோ அதே எண்ணிக்கையில் சுண்டுவிரல் மனிதர்கள் வந்திருந்தார்கள். பெற்றோர்கள் எல்லோருக்கும் கை அசைத்தனர். 'ஒன்று இரண்டு மூன்று' என்று சொல்லிவிட்டு அவர்கள் எங்களைத் தொட்டதும் நாங்கள் வேறு இடத்திற்கு இடம்பெயர்ந்தோம்.

ஆமாம். சுண்டுவிரல் மனிதர்களின் நாடு. எங்கள் ஒவ்வொருவருக்கும் ஒரு கண்ணாடியைக் கொடுத்தார்கள். லில்லிபுட் மொழியில் இருப்பது தமிழ் மொழியில் தெரியும் என்றார்கள். செழியன் எழுத்துக்கூட்டி அங்கே பெரிய பலகையில் இருந்ததை வாசித்தான்.

"ரா பு லி ல் லி..."

"டேய், திரும்பப் படி."

"ரா பு லி ல் லி..."

பின் பேச்சு

அன்பு குட்டி நண்பர்களுக்கு,

'ராபுலில்லி' என்றால் என்ன என்ற இக்கட்டான இடத்தில் நிறுத்தி வைத்திருக்கின்றேனா? தமிழில் தொடர் புத்தகங்கள் குறிப்பாக சிறார்களுக்கு வந்துள்ளதா எனத் தெரியவில்லை. அதன் முயற்சியில் ஒரு பகுதிதான் இந்த நாவல். பாடபுத்தகங்களைத் தாண்டி தொடர்ச்சியான தேடலும் ஆர்வமும் ஒவ்வொரு குழந்தைக்கும் தேவை. இதையே என் படைப்புகளின் மூலம் சொல்ல நினைக்கின்றேன். குழலி மற்றும் அவள் நண்பர்களின் இந்த தேடலும் அப்படியான ஒன்றுதான்.

வாசிப்பே விடுதலை கொடுக்கும். வாசிப்பே புதிய சன்னல்களை திறந்துவிடும். தமிழ்நாட்டுக் குழந்தைகள் ஒவ்வொருவரையும் வாசிக்க வைக்கவேண்டும் என்ற பெருங்கனவுடன் இந்த புத்தகத்தையும் சேர்க்கின்றேன்.

இந்த நூல் உருவாக காரணமாய் இருந்த ஒவ்வொரு நண்பருக்கும் நன்றி. பல்வேறு நிலைகளில் இந்தக் கதையை பகிர்ந்து இருக்கின்றேன். மிக அழகாக ஓவியம் வரைந்துள்ள ஓவியர் கி.சொக்கலிங்கம் அவர்களுக்கு மிக்க நன்றி. தரமாக நூலாக வடிவமைத்துள்ள புக்ஸ் ஃபார் சில்ரன் பதிப்பகத்தாருக்கும் மனமார்ந்த நன்றியும் அன்பும்.

மாறாத அன்புடன்,
விழியன்
சென்னை – 77
umanaths@gmail.com

ராபுலில்லா